VEGAN KALYE KUMAKAIN: HAMBURGER, TACOS, GYROS AT IBA PA

Nagbibigay-kasiyahan sa Mga Pagnanasa Ng Vegan, isang kagat ng kalye sa isang pagkakataon

Josep Arias

Copyright Material ©2023

Lahat ng Karapatan ay Nakalaan

Walang bahagi ng aklat na ito ang maaaring gamitin o ipadala sa anumang anyo o sa anumang paraan nang walang wastong nakasulat na pahintulot ng publisher at may-ari ng copyright, maliban sa mga maikling sipi na ginamit sa isang pagsusuri. Ang aklat na ito ay hindi dapat ituring na kapalit ng medikal, legal, o iba pang propesyonal na payo.

TALAAN NG MGA NILALAMAN

TALAAN NG NILALAMAN 3
PANIMULA 6
BURGER 7
   1. CURRIED SHIITAKE-STACKED TOMATOES 8
   2. FRIED GREEN NAPOLEONS WITH COLESLAW 10
   3. TOMATO AVOCADO BURGERS 13
   4. BBQ BUNLESS VEGGIE BURGER 15
   5. APPLE AND PEANUT BUTTER STACKERS 18
   6. FRIED GREEN TOMATOES 20
   7. SWEET POTATO BURGER BUNS 22
   8. PORTABELLA AT VEGAN HALLOUMI BURGER 24
   9. LOW CARB BLACK BEAN QUINOA BUNLESS BURGER 26
   10. BUNLESS STACKED BURGER 29
BURGER BOWLS 32
   11. VEGGIE BURGER SA ISANG MANGKOK 33
   12. INIHAW NA GULAY MGA BURGER BOWL 35
   13. TERIYAKI BURGER BOWLS 37
   14. MANGKOK NA MAY MAYO-MUSTARD SAUCE 39
   15. VEGGIE BURGER BOWL AT POINTED CABBAGE 42
   16. VEGGIE BURGER BURRITO BOWL 45
   17. MGA BURGER NA MAY TOFU BOWL 47
VEGGIE ROLLS 49
   18. SUMMER ROLLS NA MAY CHILE-LIME DIPPING SAUCE 50
   19. MGA GULAY NA ROLL NA MAY BAKED SEASONED TOFU 53
   20. MUSHROOM RICE PAPER ROLLS 56
   21. AVOCADO AND VEGETABLE RICE PAPER ROLLS 59
   22. RAINBOW ROLLS NA MAY TOFU PEANUT SAUCE 61
   23. MANGO SPRING ROLLS 64
   24. MIXED FRUIT SPRING ROLLS NA MAY STRAWBERRY SAUCE 67
   25. TROPICAL FRUIT SUMMER ROLLS 70
   26. BERRY AT VEGGIE RICE PAPER ROLLS 73
   27. ROSE-INSPIRED RICE PAPER ROLLS 76
   28. TOFU AT BOK CHOY RICE PAPER ROLLS 78
PIZZA 80
   29. SWEET AND SPICY PINEAPPLE PIZZA 81
   30. NECTARINE WHITE PIZZA 83
   31. BBQ STRAWBERRY PIZZA 85
   32. FIG, AT RADICCHIO PIZZA 87
   33. PIZZA BIANCA WITH PEACHES 90
   34. VEGAN WATERMELON FRUIT PIZZA 92
   35. BBQ JACKFRUIT PIZZA 94

36. Butternut Squash Pizza With Apples & Pecans 97
37. Portobello At Black Olive Pizza 100
38. Vegan White Mushroom Pizza 102
39. Mga Mini Portobello Pizza 105
40. Mild Microgreen Forest Pizza 107
41. Chanterelle Pizza na may Vegan Cheese 109
42. Vegan Mushroom at Shallot White Pizza 111
43. Yellow Tomatoes White Pizza 113
44. Broccoli Pizza 115
45. Chard Pizza 118
46. Peas And Carrots Pizza 121
47. Patatas, Sibuyas, At Chutney Pizza 124
48. Roasted Roots Pizza 127
49. Arugula Salad Pizza 130
50. Caramelized Onion Pizza 132
51. Griddle Spinach Pizza 134
52. Arugula At Lemon Pizza 136
53. Hardin Fresh Pizza 138
54. Roma Fontina Pizza 140
55. Spinach Artichoke Pizza 142
56. Vegan Caprese Pizza 144
57. BBQ Pizza With Crispy Cauliflower 146
58. Inihaw na Veggie Pizza 148
59. Artichoke at Olive Pizza 150
60. Vegan Zucchini Pepperoni Pizza 152
61. Red Lentil Pizza Crust 154
62. Spicy Pinto Bean Pizza 156
63. Bean Nacho Pizza 158
64. Mango Pizza na may Black Beans 160
65. BBQ Corn Jalapeno Sweet Potato Pizza 162
66. Creamed Corn Pizza 164

BURRITOS 167
67. Aprikot Burritos 168
68. Baby Bean Burritos 170
69. Bean And Rice Burritos 172
70. Beans at Tvp Burritos 174
71. Cherry Burritos 176
72. Butternut Burrito 178
73. Corn at Rice Burritos 180
74. Fiesta Bean Burrito 182
75. Freezer Burritos 184
76. Matzo Burrito Casserole 186
77. Microwave Bean Burritos 188
78. Microwave Vegetable Burritos 190

79. Mixed Vegetable Burrito 192
80. Mojo Black Bean Burritos 194
81. Pepita Vegetable Burritos 196
82. Seitan Burritos 198
83. Burrito Pagpuno 200
84. Vegetarian Burritos Grande 202

TACOS 204
85. Malutong na Chickpea Tacos 205
86. Tempeh tacos 207
87. Mushroom Tacos na may Chipotle Cream 209
88. Lentil, Kale at Quinoa Tacos 211
89. Ang Corn Salsa ay Nangunguna sa Black Bean Tacos 213
90. Inihaw na Haloumi Tacos 215
91. Ang Simple Vegan Taco 217
92. Beans at Grilled Corn Taco 219
93. Black Beans at Rice Salad Taco 221
94. Chewy Walnut Tacos 223
95. Seitan Tacos 225

GYROS 227
96. Chickpea at Gulay Gyros 228
97. Inihaw na Portobello Mushroom Gyros 230
98. Jackfruit Gyros 232
99. Tofu Gyros 234
100. Lentil at Mushroom Gyros 236

KONKLUSYON 238

PANIMULA

Maligayang pagdating sa " VEGAN KALYE KUMAKAIN: HAMBURGER, TACOS, GYROS AT IBA PA" ang iyong pasaporte sa kasiya-siyang vegan cravings, isang kagat sa kalye sa isang pagkakataon. Ang cookbook na ito ay isang pagdiriwang ng mga plant-based na kasiyahan na inspirasyon ng mga pagkaing kalye mula sa buong mundo. Samahan kami sa pagsisimula namin sa isang paglalakbay upang muling likhain ang mga lasa, texture, at kasiyahan ng iyong mga paboritong pagkain sa kalye-lahat habang pinapanatili itong masarap na vegan. Isipin na ninamnam ang bango ng pag-ihaw ng mga burger na nakabatay sa halaman, tinatangkilik ang langutngot ng vegan tacos, at pagpapakasawa sa masarap na sarap ng plant-based gyros. Ang " VEGAN KALYE KUMAKAIN: HAMBURGER, TACOS, GYROS AT IBA PA" ay higit pa sa isang koleksyon ng mga recipe; ito ay isang paggalugad ng pagkamalikhain at pagkakaiba-iba na dinadala ng mga sangkap na nakabatay sa halaman sa pagkain sa kalye. Isa ka mang batikang vegan o nagsisimula pa lang sa iyong paglalakbay na nakabatay sa halaman, ang mga recipe na ito ay ginawa para magbigay ng inspirasyon sa iyong tangkilikin ang matapang at masarap na mundo ng mga vegan street eats.

Mula sa mga klasikong vegan burger hanggang sa mga makabagong taco fillings at katakam-takam na gyros, ang bawat recipe ay isang selebrasyon ng plant-powered twists sa mga street food classic. Nagho-host ka man ng vegan barbecue o nagbibigay-kasiyahan sa iyong pagnanasa sa pagkaing kalye sa bahay, ang cookbook na ito ang iyong dapat na mapagkukunan para sa paggawa ng masasarap na kagat na nakabatay sa halaman na nakakakuha ng esensya ng pagkaing kalye. Samahan kami sa pagsisid namin sa mundo ng " VEGAN KALYE KUMAKAIN: HAMBURGER, TACOS, GYROS AT IBA PA" kung saan ang bawat likha ay isang patunay ng pagkamalikhain, kasiyahan, at pandaigdigang inspirasyon na kasama ng plant-based na street food. Kaya, isuot ang iyong apron, yakapin ang mga lasa ng mga kalye, at ating tuklasin ang kapana-panabik at kasiya-siyang mundo ng mga vegan street eats.

MGA BURGER

1. Curried Shiitake-Stacked Tomatoes

MGA INGREDIENTS:
- 4 na heirloom na kamatis
- 4 na hiwa ng vegan cheese

SHIITAKE MIXTURE
- 6 na kutsarang mayonesa na nakabatay sa halaman
- 1 kutsarita ng curry powder
- ¼ kutsarita ng asin
- ¼ kutsarita ng giniling na luya
- ¾ pound shiitake
- 1 tadyang ng kintsay, tinadtad
- ½ tasa ng pinong tinadtad na pipino
- 1 pusod na orange, binalatan at pinong tinadtad
- 2 berdeng sibuyas, hiniwa nang manipis

MGA TAGUBILIN:
a) Putulin at gupitin ang bawat kamatis sa tatlong makapal na hiwa, at alisan ng tubig sa mga tuwalya ng papel.
b) Sa isang mangkok, paghaluin ang shiitake, mayonesa, at mga panimpla.
c) Paghaluin ang natitirang mga sangkap.
d) Para sa bawat paghahatid, mag-stack ng tatlong hiwa ng mga kamatis, ilagay ang mga ito sa vegan cheese, at ang shiitake mixture.

2. Fried Green Napoleons With Coleslaw

MGA INGREDIENTS:
- 1/3 tasa ng mayonesa
- ¼ tasang puting suka
- 2 kutsarang asukal
- 1 kutsarita ng asin
- 1 kutsarita ng bawang pulbos
- ½ kutsarita ng paminta
- 14 ounces tatlong-kulay na coleslaw mix
- ¼ tasa ng pinong tinadtad na sibuyas
- 11 ounces mandarin oranges, pinatuyo

FRIED TOMATOES:
- 1 vegan egg replacer
- Dash hot pepper sauce, o sa panlasa
- ¼ tasa ng all-purpose na harina
- 1 tasang tuyong mumo
- 2 berdeng kamatis, gupitin sa 4 na hiwa bawat isa
- Langis para sa pagprito
- ½ kutsarita ng asin
- ¼ kutsarita ng paminta
- ½ tasang pinalamig na vegan pimiento na keso
- 4 kutsarita ng pepper jelly

MGA TAGUBILIN:
a) Pagsamahin ang unang anim na sangkap.
b) Magdagdag ng coleslaw mix at sibuyas. Magdagdag ng mandarin oranges, at haluing mabuti.
c) Sa isang mababaw na mangkok, haluin ang vegan egg replacer at mainit na sarsa.
d) Ilagay ang harina at mumo sa magkahiwalay na mababaw na mangkok.
e) Isawsaw ang mga hiwa ng kamatis sa harina upang balutin ang magkabilang panig, at iwaksi ang labis.
f) Isawsaw sa pinaghalong itlog ng vegan, pagkatapos ay sa mga mumo, tinatapik upang matulungan ang patong na dumikit.
g) Sa isang electric skillet o deep fryer, painitin ang mantika sa 350°.

h) Magprito ng mga hiwa ng kamatis, ilang sa isang pagkakataon, hanggang sa browned, 1-2 minuto sa bawat panig. Patuyuin sa mga tuwalya ng papel.
i) Budburan ng asin at paminta.
j) Para mag-assemble, i-layer ang isang tomato slice na may 1 kutsara ng vegan pimiento cheese. Ulitin ang mga layer.
k) Itaas ang 1 kutsarita ng pepper jelly. Ulitin sa natitirang mga hiwa ng kamatis.
l) Ihain sa ibabaw ng coleslaw.

3. Tomato Avocado Burgers

MGA INGREDIENTS:
- 4 na kamatis
- 4 na vegan patties
- ¼ kutsarita ng ground black pepper
- ½ plus ¼ kutsarita ng pinong butil na asin sa dagat
- 1 kutsarita ng sili na pulbos
- 1 hinog na abukado, hinati
- 2 kutsarang Greek yogurt
- 1 kutsarang mayonesa
- 2 kutsarita sariwang katas ng kalamansi
- ¼ kutsarita ng giniling na kumin
- Mga sumisibol na alfalfa

MGA TAGUBILIN:

a) Ilagay ang kalahati ng avocado sa isang mangkok at i-mash gamit ang isang tinidor hanggang sa halos makinis.

b) Magdagdag ng yogurt, mayo, katas ng kalamansi, at kumin at ihalo upang pagsamahin. Dice ang natitirang kalahati ng avocado at idagdag ito kasama ng ¼ kutsarita ng asin. Haluing malumanay upang pagsamahin. Itabi.

c) Pahiran ng langis ng oliba ang isang non-stick na kawali/kawali at init sa katamtamang init.

d) Magluto ng kalahating kamatis nang nakaharap sa loob ng 2 hanggang 3 minuto, hanggang sa magsimula silang maging kayumanggi.

e) Upang mag-assemble ng mga burger, maglagay ng isang kurot ng sprouts sa ilalim na bahagi ng bawat kamatis, sa ibabaw ng isang vegan patty, mga 2 kutsara ng avocado sauce, at tapusin ang isa pang kalahati ng bawat kamatis.

4. Bbq Bunless Veggie Burger

MGA INGREDIENTS:
PARA SA BUNLESS BURGER:
- 8 gourmet burger
- Avocado cooking oil
- 1 abukado, hiniwa
- 4 na portobello mushroom
- 1 sibuyas na hiniwa sa mga singsing
- 4 na hiwa ng vegan cheddar cheese
- Tomato sauce
- mayonesa

PARA SA BEETROOT & APPLE SLAW:
- 2 beetroots, binalatan at gadgad
- 2 mansanas, gadgad
- 1 tasang ginutay-gutay na pulang repolyo
- 3 kutsarang apple cider vinegar
- 2 kutsarita ng hilaw na organic na asukal
- 1 kutsarang whole-grain mustard
- 4 na kutsarang extra-virgin olive oil
- ½ tasa sariwang perehil, pinong tinadtad
- ½ tasa sariwang perehil, pinong tinadtad
- ½ kutsarita sariwang giniling na black peppercorns
- Hiniwang Gherkins para palamuti

MGA TAGUBILIN:
a) Sa isang mangkok, ilagay ang beetroot, mansanas, at pulang repolyo.
b) Idagdag, suka, asukal, mustasa, langis ng oliba, at perehil. Pagsamahin ng mabuti. Timplahan ayon sa panlasa. Itabi.
c) Magpainit ng barbecue. Magluto ng veggie gourmet burgers, mushrooms, at onion rings na may bahagyang ambon ng avocado cooking oil.
d) Pagsamahin ang tomato sauce at mayo. Itabi.

UPANG MAGTIPON
e) Una, maglagay ng slice ng vegan cheese sa isang veggie burger.
f) Matunaw ang vegan cheese sa pamamagitan ng paglalagay nito sa ilalim ng grill o init ito sa microwave hanggang matunaw.

g) Magpahid ng kaunting tomato mayo sauce, pagkatapos ay i-layer sa isang mushroom, hiwa ng avocado, beetroot at apple slaw.
h) Ikalat ang kaunti pang tomato mayo sauce sa isa pang veggie burger pagkatapos ay ilagay ito sa ibabaw ng burger at isalansan ang sauce sa gilid pababa para makumpleto ito.
i) Palamutihan ng nilutong hiwa ng sibuyas at gherkin sa ibabaw ng burger.
j) Maglagay ng skewer para mapanatili itong buo.

5. Apple At Peanut Butter Stackers

MGA INGREDIENTS:
- 2 mansanas
- 1/3 tasa chunky peanut butter

MGA PUNO
- Granola
- maliit na semisweet chocolate chips

MGA TAGUBILIN:
a) Mga pangunahing mansanas. Gupitin ang bawat mansanas sa anim na hiwa.
b) Ikalat ang peanut butter sa anim na hiwa at iwiwisik ang mga palaman na gusto mo.
c) Itaas ang natitirang mga hiwa ng mansanas.

6.Fried Green Tomatoes

MGA INGREDIENTS:
- ¼ tasa ng walang taba na mayonesa
- ¼ kutsarita ng gadgad na lime zest
- 2 kutsarang katas ng kalamansi
- 1 kutsarita tinadtad na sariwang tim
- ½ kutsarita ng paminta, hinati
- ¼ tasa ng all-purpose na harina
- 2 vegan egg replacers
- ¾ tasa ng mais
- ¼ kutsarita ng asin
- 2 berdeng kamatis
- 2 pulang kamatis
- 2 kutsarang canola oil
- 8 hiwa ng Canadian bacon

MGA TAGUBILIN:

a) Paghaluin ang unang 4 na sangkap at ¼ kutsarita ng paminta, at palamigin hanggang sa maihain.
b) Ilagay ang harina sa isang mababaw na mangkok, at ilagay ang egg replacer sa isang hiwalay na mababaw na mangkok. Sa ikatlong mangkok, paghaluin ang cornmeal, asin, at ang natitirang paminta.
c) Gupitin ang bawat kamatis nang crosswise sa 4 na hiwa.
d) I-dredge ang 1 hiwa sa harina upang bahagyang mabalot, at iwaksi ang labis.
e) Isawsaw sa vegan egg replacers, pagkatapos ay sa cornmeal mixture. Ulitin sa natitirang mga hiwa ng kamatis.
f) Sa isang nonstick skillet, painitin ang mantika sa sobrang init.
g) Sa mga batch, lutuin ang mga kamatis hanggang sa ginintuang kayumanggi, 4-5 minuto bawat panig.
h) Sa parehong kawali, lightly brown Canadian bacon sa magkabilang panig.
i) Para sa bawat isa, salansan ng 1 hiwa ang bawat berdeng kamatis, bacon, at pulang kamatis. Ihain kasama ng sarsa.

7. Sweet Potato Burger Buns

MGA INGREDIENTS:
- 1 Kamote
- 2 Kutsarita ng Olive Oil
- Asin at paminta

MGA TAGUBILIN:
a) Balatan at hiwain ang iyong mga kamote sa mga hugis ng burger buns.
b) Gamit ang iyong mga kamay, ipahid ang langis ng oliba sa kanila.
c) Timplahan ng asin at paminta.
d) Magluto ng 10 minuto sa 360F sa air fryer.
e) Ilagay ang iyong mga burger sa pagitan ng dalawang hiwa ng burger bun ng kamote at ihain.

8. Portabella At Vegan Halloumi Burger

MGA INGREDIENTS:
- 4 portabella mushroom caps
- 3 ½ kutsara ng balsamic vinegar
- 2 kutsarang langis ng oliba
- 2 hiwa ng kamatis
- 2 hiwa ng vegan halloumi
- Isang dakot na dahon ng basil
- Asin sa dagat
- Bagong giniling na paminta

MGA TAGUBILIN:
a) P- initin muli ang grill sa 450 °F .
b) I-brush ang mga mushroom na may langis ng oliba at budburan ng kaunting sea salt sa ibabaw ng mga ito.
c) I-ihaw o iprito ang mga ito sa loob ng apat o limang minuto bawat panig.
d) I-ihaw ang halloumi. Hiwain ang halloumi sa kanais-nais, medyo manipis na mga hiwa .
e) I-ihaw ito ng dalawang minuto bawat panig sa mataas na init. Ang halloumi ay dapat na malambot at naglalabas ng mabango, maalat na amoy.

PARA MAGTITIPON
f) Ang portabella mushroom ang magiging tinapay mo. Sa ibabaw ng isang Portobello mushroom cap, ilagay ang inihaw na vegan Halloumi cheese, slice ng kamatis, at basil leaves.
g) Idagdag ang balsamic vinegar at ang sariwang giniling na paminta.
h) Pagkatapos, ilagay ang iba pang takip ng kabute sa itaas.
i) Ulitin ang prosesong ito para sa isa pang burger.

9. Low Carb Black Bean Quinoa Bunless Burger

MGA INGREDIENTS:
PARA SA BLACK BEAN QUINOA PATTY
- 3 tasang pinakuluang black beans
- 3 tasang lutong quinoa
- 1 kutsaritang buto ng kumin
- 1 tasang tinadtad na sibuyas
- 6 cloves Bawang
- 1 ½ tasa Tinadtad na Kale
- 1 Jalapeno pinong tinadtad
- 1 kutsarang mantika ng mais
- Asin sa panlasa

MGA TOPPING
- mga hiwa ng pipino
- Mga hiwa ng kamatis
- Hiwa ng sibuyas
- Ilang Atsara
- Maanghang na inihaw na pulang paminta peanut sauce O ang iyong napiling sarsa

IBA PANG MGA SANGKAP
- Isang malaking bungkos ng Lettuce
- Ilang corn oil para sa pag-ihaw ng patty

MGA TAGUBILIN:
PARA SA BLACK BEAN QUINOA PATTY
a) Una, kumuha ng ilang langis sa isang kawali, at magdagdag ng mga buto ng cumin, sibuyas, bawang, at jalapenos.
b) Igisa ng isang minuto. Pagkatapos ay ilagay ang tinadtad na kale at igisa muli ng 2 minuto. Hayaang lumamig.
c) Kumuha ng black beans at i-mash ng mabuti.
d) Ngayon magdagdag ng lutong quinoa, ginisang timpla, at asin.
e) Haluing mabuti ang lahat ng sangkap. Hugis ang mga ito.
f) Maaari mong hubugin ang black bean burger gayunpaman gusto mo.
g) Ilagay ang mga ito sa kawali.

h) Pagkatapos ay maglagay ng kaunting mantika ng mais sa magkabilang panig. Lutuin ang mga ito hanggang sa ginintuang kayumanggi sa magkabilang panig.
i) Ilabas ang mga ito at itabi.

MAGTITIPON ANG BURGER.
j) Kumuha ng dahon ng lettuce, at pagkatapos ay ilagay ang black bean quinoa patty, mga hiwa ng kamatis, mga hiwa ng pipino, ilang mga hiwa ng atsara, mga hiwa ng sibuyas, at panghuli ng ilang lip-smacking sauce.
k) Maingat na balutin ang litsugas.

10. Bunless Stacked Burger

MGA INGREDIENTS:
VEGAN KETO BURGERS
- 400 g hempfu
- 400 g gulay, tinadtad
- ½ tasa ng almond flour
- 4 na kutsarang chia o ground flax seeds
- 4 na kutsarang extra virgin olive oil
- Black pepper, sea salt, at pinausukang paprika

OPTIONAL BURGER TOPPING
- 16 dahon ng litsugas
- 2 kamatis
- 2 hinog na abukado
- 2 kutsarang langis ng oliba
- lemon juice o apple cider vinegar
- Romesco sauce
- pulang sibuyas
- Mga adobo na pipino, walang asukal

MGA TAGUBILIN:

a) Pagsamahin ang ground flax o chia seeds na may 4 na kutsarang tubig sa isang baso o mangkok.
b) Haluing mabuti at itabi ng ilang minuto.
c) Pinong tumaga ang abaka at mga gulay gamit ang food processor.
d) Paghaluin ang pinong tinadtad na hempfu at mga gulay na may almond flour, flax seed gel, at kalahati ng olive oil sa isang mangkok o food processor.
e) Timplahan ng asin, paminta, paprika, o iba pang pampalasa na gusto mo.
f) Maghugis ng walong patties at i-pan-fry ang bawat burger sa olive oil hanggang maluto at maging golden brown sa bawat panig.
g) Maaari mo ring i-bake ang mga burger sa preheated oven o Air fryer sa 350°F.
h) Samantala, i-mash ang mga avocado gamit ang isang tinidor at ihalo ang langis ng oliba.
i) Timplahan ng lemon juice o apple cider vinegar, paminta, at asin para sa simpleng guacamole.
j) Ihain ang bawat burger sa dalawang dahon ng lettuce upang palitan ang burger bun, na may kamatis, guacamole, at kung gusto ng ilang manipis na hiniwang pulang sibuyas, adobo na pipino, at romesco sauce.

BURGER BOWLS

11. Veggie Burger Sa Isang Mangkok

MGA INGREDIENTS:
VEGGIE BURGER SA ISANG BOWL
- 4 na tasang ginutay-gutay na litsugas
- 1-pint cherry tomatoes hinati
- 2 avocado na diced
- 1 tasang maanghang na adobo na sibuyas
- ½ tasang cornichons tinadtad kung gusto mo
- 4 na veggie burger patties ay diced up o gumuho

VEGAN BURGER SAUCE
- ½ tasa ng tahini paste
- 1 sibuyas na bawang
- 1 kutsarang sariwang dill o 1 kutsarita na tuyo
- 2 kutsarang sariwang kinatas na lemon juice
- asin at paminta
- ¼ tasa ng tubig

MGA TAGUBILIN:
a) Para gumawa ng vegan burger sauce, haluin ang tahini, bawang, lemon juice, dill, asin, at paminta.
b) Paghaluin ng sapat na tubig upang manipis ang sarsa sa isang maibuhos na pare-pareho.
c) Para makagawa ng Veggie Burger Bowls, ilagay ang mga burger fixing sa mga indibidwal na salad bowl.
d) Ibabaw na may crumbled veggie burger patties, at ambon ng vegan burger sauce.

12.Mga Inihaw na Gulay na Burger Bowl

MGA INGREDIENTS:
- 2 vegan burger patties
- 1 tasa ng Mixed Greens

Inihaw na GULAY
- 1 zucchini, hiniwa
- 1 kampanilya paminta, cubed
- 1 talong, hiniwa
- 1 kamatis, hinati
- Mga sibat ng asparagus

OPSYONAL NA MGA DAGDAG
- 1 kutsarita Sesame Seeds
- 1 kutsarang Mixed Nuts
- Kimchi
- adobo na sibuyas

NAGBIBIHIS
- Vegan Tahini

MGA TAGUBILIN:
a) Painitin muna ang grill sa mataas.
b) Mag-ihaw ng mga burger at gulay, pinahina ang init pagkatapos markahan.
c) Magtipon ng mga mangkok na may mga gulay, inihaw na gulay, burger, at spoon dressing sa ibabaw na nagdaragdag ng anumang opsyonal na mga karagdagan na gusto mo.

13. Mga Mangkok ng Teriyaki Burger

MGA INGREDIENTS:
- 4 na plant-based burger, niluto
- 2 tasang lutong quinoa
- 1 tasang baby spinach
- 1 tasa ng manipis na hiwa ng mga pipino
- 1 tasang steamed, shelled edamame
- 1/2 tasa hiniwang labanos
- 1 tasang ginutay-gutay na karot
- 2 berdeng sibuyas, hiniwa
- 1/4 tasa pulang sibuyas, hiniwa ng manipis
- 1 malaking avocado, may binhi at hiniwa ng manipis
- 1/2 cup na inihandang teriyaki sauce

MGA TAGUBILIN:

a) Maghanda ng mga burger at kanin ayon sa mga direksyon ng pakete.
b) Ayusin ang mga toppings sa isang malaking platter kasama ng sarsa at mga inihandang burger.
c) Hatiin nang pantay-pantay ang kanin sa apat na serving bowl.
d) Ipunin ang iyong mangkok na nagsisimula sa spinach at pagdaragdag ng mas maliliit na toppings ayon sa gusto mo.
e) Itaas ang inihandang plant-based burger at lagyan ng teriyaki sauce.

14. Mangkok na May Mayo-Mustard Sauce

MGA INGREDIENTS:
LENTIL
- 1 kutsarang langis ng oliba
- 1 puti, pula o dilaw na sibuyas, diced
- ¼ kutsarita ng asin
- 450 g lutong lentil
- ¼ tasa ng stock ng gulay
- 2 kutsarang walang gluten na Worcestershire sauce
- 1 kutsarang Dijon mustard
- 1 kutsarang tamari
- 1 kutsarita ng asukal
- ½ kutsarita ng bawang pulbos
- 1 kutsarita ng ground black pepper

MAYO-MUSTARD SAUCE
- ¼ tasa ng vegan mayonnaise
- 1 kutsarang tomato paste
- 2 kutsarita ng mustasa
- 2 kutsarita 10 ML atsara juice
- 2 tablespoons atsara, pinong diced
- ¼ kutsarita ng pulbos ng bawang
- ½ kutsarita ng paprika
- ½ kutsarita ng asin sa dagat
- 15 ML ng tubig

SALAD BOWL
- 2 ulo romaine lettuce, tinadtad
- 2 tasang cherry tomatoes, hiniwa
- 2 hinog na mga avocado, pinaghiwa at hiniwa
- 1 pulang sibuyas, hiniwa ng manipis
- 1 tasang atsara, hiniwa

MGA TAGUBILIN:
LENTIL
a) Init ang mantika sa isang kawali o kawali sa init. Idagdag ang tinadtad na sibuyas at ¼ kutsarita ng asin at igisa sa loob ng 7-10 minuto hanggang malambot at maaninag.

b) Idagdag ang lentils at lutuin hanggang halos magkulay brown mga 5 minuto.
c) Lakasan ang init at idagdag ang stock ng gulay, Worcester at mustasa, toyo, asukal, pulbos ng bawang, at itim na paminta. Magluto hanggang ang mga likido ay sumingaw.
d) Patayin ang apoy at alisin ang kawali mula sa burner. Itabi hanggang handa ka nang buuin ang iyong mga burger bowl.
e) Idagdag ang lahat ng mga sangkap ng sarsa sa isang mangkok at ihalo ang lahat hanggang sa pinagsama. Tikman at timplahan ng mas maraming asin kung kinakailangan.

ASSEMBLY
f) Hatiin ang tinadtad na litsugas sa pagitan ng apat na mangkok. Magdagdag ng hiniwang sibuyas, avocado, cherry tomatoes, at atsara.
g) Itaas na may lentils at ambon sa ibabaw ng mga mangkok.

15. Veggie Burger Bowl at Pointed Cabbage

MGA INGREDIENTS:
PATTIES
- 150 g bulgur na trigo
- stock ng gulay para sa pagbabad
- 1 karot
- 1 pinong tinadtad na sibuyas
- 1 sibuyas ng bawang
- 1 kutsarang harina
- 1 kutsarang tinadtad na flat-leafed parsley
- 1 vegan egg replacer
- gadgad na patatas kung kinakailangan
- 1 kutsarita ng ground coriander
- asin
- sariwang giniling na paminta

MGA TOPPING
- 50 g sesame seeds
- 150 g matulis na repolyo
- 1 karot
- 2 kutsarang suka ng bigas
- 1 kutsarang sesame oil
- asin
- sariwang giniling na paminta
- ½ pipino
- 4 na kutsarang ketchup

MGA TAGUBILIN:
a) Ibabad ang bulgur na trigo sa stock.
b) Gupitin, alisan ng balat at lagyan ng pino ang karot.
c) Ilagay ang bulgur, bahagyang pinalamig, sa isang mangkok na may karot at tinadtad na sibuyas. Balatan ang bawang at durugin ito.
d) Idagdag ang harina, perehil, at vegan egg replacer, at masahin.
e) Magdagdag ng kaunting tubig o kaunting gadgad na patatas at ihalo kung masyadong tuyo ang timpla. Timplahan ayon sa panlasa.
f) Gamit ang mamasa-masa na mga kamay, hubugin ang timpla sa 4 na patties at ihaw sa bawat panig sa loob ng mga 4-5 minuto.

g) Upang gawin ang mga toppings, i-dry-fry ang sesame seeds sa isang kawali. Putulin at hugasan ang repolyo, pagkatapos ay tuyo at gupitin ito sa manipis na hiwa. Balatan at lagyan ng rehas ang karot.
h) Gumawa ng dressing na may suka, mantika, asin, at paminta, at ihalo ito sa repolyo at karot. I-fold ang sesame seeds sa salad. Balatan at hiwain ang pipino.
i) Ayusin ang hiniwang pipino at repolyo sa isang mangkok. Ibabaw sa patties at isang ambon ng ketchup.

16. Veggie Burger Burrito Bowl

MGA INGREDIENTS:
- 2 Plant-based Burger
- 4 tasa ng salad greens
- 1/2 tasang brown rice
- 1 katamtamang kamote, cubed
- 1/2 tasa ng nilutong black beans
- 1 maliit na hinog na abukado, pitted at laman, manipis na hiwa
- 1/2 cup pico de gallo
- paboritong dressing

MGA TAGUBILIN:
a) Magluto ng bigas ayon sa mga direksyon ng pakete; itabi kapag tapos na.
b) Painitin ang oven sa 375ºF at lagyan ng parchment paper ang baking sheet.
c) Ilagay ang cubed na kamote sa isang may linyang baking sheet at lagyan ng olive oil; gamitin ang iyong mga kamay upang ganap na magsuot.
d) Maghurno ng kamote ng mga 20 minuto o hanggang malambot.
e) Lutuin ang Burger ayon sa nakasaad na mga tagubilin.
f) Ipamahagi nang pantay-pantay ang mga madahong gulay, kanin, nilutong kamote, black beans, hiniwang abukado, at pico de gallo sa pagitan ng dalawang mangkok.
g) Itaas na may bahagyang pinalamig na Burger at ambon sa iyong paboritong dressing.

17. Mga Burger na May Tofu Bowl

MGA INGREDIENTS:
PATTIES
- ½ tasa ng Bulgur
- 2 karot, ginutay-gutay
- 4 na onsa ng Firm tofu
- 1 vegan egg replacer
- 3 kutsara Tinadtad na sariwang mint
- 3 kutsarang tinadtad na scallion
- ¼ kutsarita ng Cayenne pepper
- ⅓ tasa Plain panko , tuyo
- ⅓ tasa ng harina, hinati ang paggamit
- 2 kutsara Banayad na ketchup
- 2 kutsarita ng Dijon mustard

MAGLINGKOD
- 4 romaine lettuce dahon
- 4 hiwa ng kamatis
- ½ tasa ng alfalfa sprouts

MGA TAGUBILIN:
a) Sa isang sakop na kasirola, pakuluan ang tubig at asin sa apoy.
b) Idagdag ang bulgur at karot, at alisin sa apoy .
c) Sa isang mangkok, i-mash ang tofu.
d) Haluin ang pinaghalong bulgur, vegan egg replacer, mint, scallions, at cayenne, haluing mabuti.
e) Haluin ang panko , ¼ tasa ng harina, ang ketchup, at mustasa.
f) Buuin ang halo ng bulgur sa mga patties, at iprito.
g) Ipunin ang mga sangkap sa paghahatid sa isang mangkok.

VEGGIE ROLLS

18. Mga Summer Roll na may Chile-Lime Dipping Sauce

MGA INGREDIENTS:
- 2 kutsarang patis
- 2 kutsarang katas ng kalamansi
- 2 kutsarang asukal
- 2 kutsarang tubig
- 1 maliit na pulang sili, durog
- 4 ounces bigas bigas
- 12 5-pulgadang bilog na pambalot ng papel na bigas
- ½ pulang kampanilya paminta, gupitin sa mga piraso
- ½ dilaw na paminta, gupitin sa mga piraso
- ½ abukado, hiniwa
- 2 tasang alfalfa sprouts
- 6 malalaking dahon ng basil, hiniwa

MGA TAGUBILIN:

a) Sa isang maliit na mangkok ng paghahalo, pagsamahin ang patis, katas ng kalamansi, asukal, tubig, at sili, pagpapakilos upang matunaw ang asukal.

b) Sa isang katamtamang palayok, magdala ng kaunting tubig sa pigsa.

c) Magluto, patuloy na pagpapakilos, sa loob ng 1 minuto, o hanggang sa maluto nang mabuti ang vermicelli; alisan ng tubig at palamigin sa isang mangkok, ihagis nang regular.

d) Punan ng tubig ang isang maliit na palanggana sa kalahati. Ang 2 papel na bigas sa isang pagkakataon ay dapat isawsaw sa tubig, iwaksi ang anumang labis, ilipat sa ibabaw ng trabaho, at hayaang lumambot sa loob ng 30 segundo.

e) Sa pinakamababang ikatlong bahagi ng bawat rice paper, maglagay ng maliit na dakot ng vermicelli. Magdagdag ng dalawang piraso ng pula at dilaw na bell pepper, isang strip ng avocado, isang strip ng cucumber, at isang malaking dakot ng alfalfa sprouts sa itaas. Magdagdag ng ilang basil strips bilang isang pagtatapos.

f) Patagin ang mga sangkap at igulong ang mga ito sa mga papel na bigas, itiklop ang mga ito sa mga gilid habang ikaw ay pupunta.

g) Upang i-seal, pindutin nang mahigpit. Gamit ang natirang rice papers at fillings, ulitin ang proseso.

h) Kapag natapos na ang lahat ng roll, hatiin ang mga ito sa kalahati pahilis at ihain na may kasamang dipping sauce.

19.Mga Gulay na Roll na may Baked Seasoned Tofu

MGA INGREDIENTS:
- 1-ounce na bean thread noodles, niluto at pinatuyo
- 1½ tasa Napa repolyo, ginutay-gutay
- ½ tasa ng karot, gadgad
- ⅓ tasa ng scallion, hiniwa nang manipis
- 12 rice paper rounds (8" diameter)
- 4 ounces Baked Seasoned Tofu (1 tasa)
- 24 malalaking dahon ng basil
- Peanut Miso Dressing

MGA TAGUBILIN:
PARA SA PAGPUPUNO:
a) Dahan-dahang pisilin ang nilutong bean thread noodles upang mailabas ang labis na kahalumigmigan, pagkatapos ay i-chop ang mga ito ng magaspang.

b) Sa isang malaking mangkok, pagsama-samahin ang nilutong noodles, ginutay-gutay na repolyo ng Napa, gadgad na karot, at hiniwang manipis na mga scallion.

PARA SA PAGTITIPON NG SPRING ROLLS:
c) Punan ang isang 10-pulgadang pie plate na may maligamgam na tubig. Ilubog ang isa sa mga papel na bigas sa tubig at ibabad ito hanggang sa malambot, na dapat tumagal ng mga 30 hanggang 60 segundo.

d) Ilipat ang pinalambot na papel na bigas sa isang malinis na tuwalya sa kusina at dahan-dahang pahiran ito upang maalis ang labis na tubig.

e) Ayusin ang humigit-kumulang ¼ tasa ng pinaghalong pansit sa ilalim ng ikatlong bahagi ng papel na bigas.

f) Ipamahagi ang 5 o 6 na cube ng Baked Seasoned Tofu at 2 dahon ng basil sa ibabaw ng noodles.

g) Itaas ang ilalim na gilid ng rice paper sa ibabaw ng filling, tiklupin ang mga gilid patungo sa gitna, at pagkatapos ay i-roll up ang spring roll nang mahigpit hangga't maaari.

h) Ulitin ang prosesong ito sa natitirang mga papel na bigas at pagpuno.

PARA SA PEANUT MISO DRESSING:

i) Hatiin ang Peanut Miso Dressing sa ilang maliliit na mangkok at ihain ito sa tabi ng mga spring roll para isawsaw.

MAGLINGKOD:

j) Ihain kaagad ang mga gulay na spring roll o palamigin ang mga ito sa isang mahigpit na selyadong lalagyan nang hanggang 2 araw (bumalik sa temperatura ng silid bago ihain).

k) I-enjoy ang iyong Vegetable Spring Rolls na may Baked Seasoned Tofu at Peanut Miso Dressing! Ang mga roll na ito ay isang kasiya-siya at malusog na meryenda o pampagana.

20. Mushroom Rice Paper Rolls

MGA INGREDIENTS:
- 1 kutsarang sesame oil
- 2 cloves bawang, durog
- 1 kutsarita gadgad na luya
- 2 shallots, pinong hiniwa
- 300g button mushroom, tinadtad
- 40g Intsik na repolyo, pinutol ng pino
- 2 kutsarita ng mababang asin na toyo
- 16 malalaking sheet ng rice paper
- 1 bungkos ng sariwang kulantro, mga dahon na pinili
- 2 medium carrots, peeled, pinong julienned
- 1 tasang bean sprouts, pinutol
- Extra low-salt soy sauce, ihain

MGA TAGUBILIN:
IHANDA ANG MUSHROOM FILLING
a) Init ang sesame oil, durog na bawang, at gadgad na luya sa isang kawali sa mahinang apoy sa loob ng 1 minuto.
b) Magdagdag ng pinong diced shallots, tinadtad na button mushroom, at ginutay-gutay na Chinese cabbage sa kawali.
c) Dagdagan ang init sa katamtaman at lutuin ng 3 minuto o hanggang malambot na lang ang mga sangkap.
d) Ilipat ang nilutong timpla sa isang mangkok, magdagdag ng mababang asin na toyo, at itabi ito upang lumamig.

PALAMBIN ANG MGA BIGAS NA PAPEL
e) Punan ang isang malaking mangkok ng maligamgam na tubig.
f) Maglagay ng 2 rice paper sheet nang sabay-sabay sa tubig upang lumambot nang mga 30 segundo. Siguraduhin na ang mga ito ay malambot ngunit matatag pa rin upang mahawakan.

MAGTITIPON ANG MGA ROLL
g) Alisin ang pinalambot na rice paper sheet mula sa tubig at alisan ng tubig ang mga ito. Ilagay ang mga ito sa isang flatboard.
h) Budburan ang bawat sheet ng sariwang dahon ng kulantro at pagkatapos ay sanwits ito ng isa pang rice paper sheet.

i) Itaas ang double-layered rice paper na may isang kutsara ng pinaghalong mushroom, na nag-iingat upang maubos ang labis na kahalumigmigan.

j) Magdagdag ng julienned carrot at bean sprouts sa ibabaw ng pinaghalong mushroom.

k) Tiklupin ang mga dulo ng papel na bigas at igulong nang mahigpit ang sheet.

l) Itabi ang inihandang roll at takpan ito ng plastic.

m) Ulitin ang proseso sa mga natitirang sangkap upang lumikha ng higit pang mga rolyo.

n) Ihain kaagad ang Mushroom Rice Paper Rolls na may kasamang extra low-salt soy sauce para isawsaw.

21. Avocado at Gulay na Rice Paper Rolls

MGA INGREDIENTS:
- 8 maliit na rice paper wrapper
- ½ tasang ginutay-gutay na iceberg lettuce
- ¾ tasa (50g) bean sprouts, pinutol
- 1 maliit na karot, binalatan at gadgad
- 1 medium Lebanese cucumber, binalatan at pinutol sa mga ribbons
- 1 medium avocado, binalatan at gupitin sa mga piraso
- Sweet chili sauce, para ihain

MGA TAGUBILIN:
a) Ibuhos ang maligamgam na tubig sa isang mangkok na hindi tinatablan ng init hanggang sa mapuno ito ng kalahati.
b) Isawsaw ang isang rice paper wrapper sa tubig at ilagay ito sa patag na ibabaw.
c) Hayaang tumayo ito ng 20 hanggang 30 segundo o hanggang sa ito ay maging sapat na malambot upang gumulong nang hindi nahati.

MAGTITIPON NG RICE PAPER ROLLS
d) Ilagay ang ⅛th ng ginutay-gutay na lettuce sa isang gilid ng pinalambot na rice paper wrapper.
e) Itaas ang lettuce na may ika-⅛th ng bean sprouts, grated carrot, cucumber ribbons, at avocado strips.
f) I-fold ang mga dulo ng wrapper at pagkatapos ay i-roll up ito ng matatag upang ilakip ang pagpuno.
g) Upang maiwasang matuyo ang roll, takpan ito ng basang tea towel.
h) Ulitin ang prosesong ito gamit ang natitirang rice paper wrappers at fillings.
i) Ihain ang avocado at vegetable rice paper roll na may matamis na chili sauce para isawsaw.
j) Tangkilikin ang magaan at malusog na rice paper roll na ito na puno ng kabutihan ng sariwang avocado at gulay!

22.Rainbow Rolls na may Tofu Peanut Sauce

MGA INGREDIENTS:
- 12 bilog na 22cm rice paper wrapper
- 2 avocado, hiniwa ng manipis
- 24 sariwang sanga ng kulantro
- 24 malalaking sariwang dahon ng mint
- 300g pulang repolyo, pinong ginutay-gutay
- 2 malalaking karot, gupitin sa mga palito ng posporo
- 2 Lebanese cucumber, tinanggalan ng binhi, pinutol ng mga posporo
- 100g bean sprouts, pinutol
- 3 berdeng shallots, hiniwa nang pahilis

TOFU PEANUT SAUCE:
- 150g Silken Tofu
- 70g (¼ tasa) natural na makinis na peanut butter
- 2 kutsarang rice wine vinegar
- 1 kutsarang Shiro miso paste (puting miso paste)
- 3 kutsarita ng pulot
- 3 kutsarita ng pinong gadgad na sariwang luya
- 2 kutsarita ng tamari
- 1 maliit na sibuyas ng bawang, durog

MGA TAGUBILIN:
TOFU PEANUT SAUCE:
a) Ilagay ang lahat ng sangkap ng tofu sauce sa isang blender at haluin hanggang makinis. Itabi.
ASSEMBLY OF RAINBOW RICE PAPER ROLLS:
b) Isawsaw ang isang rice paper wrapper sa malamig na tubig sa loob ng 10-20 segundo o hanggang sa magsimula itong lumambot. Patuyuin ito sa isang malinis na tuwalya ng tsaa at ilagay ito sa ibabaw ng trabaho.
c) Itaas ang rice paper wrapper na may 2 hiwa ng avocado, 2 sanga ng kulantro, 2 dahon ng mint, isang bahagi ng pulang repolyo, karot, pipino, sitaw, at shallots.
d) Tiklupin ang mga dulo ng rice paper wrapper at igulong ito nang mahigpit upang ilakip ang laman.
e) Ulitin ang prosesong ito sa natitirang mga wrapper.
f) Ihain ang rainbow rice paper roll na may tofu peanut sauce sa gilid para isawsaw.

23. Mango Spring Rolls

MGA INGREDIENTS:
- 2 ounces manipis na bigas vermicelli
- 8 rice paper na bilog (8 ½ pulgada ang lapad)
- 4 na malalaking dahon ng litsugas, inalis ang mga buto-buto, mga dahon ay hinati nang pahaba
- 1 malaking Carrot, ginutay-gutay
- 2 mangga, binalatan at hiniwa
- ½ tasa sariwang dahon ng basil
- ½ tasa sariwang dahon ng mint
- 4 ounces sariwang bean sprouts (1 tasa)
- Maanghang na Thai Vinaigrette

MGA TAGUBILIN:

a) Magsimula sa pamamagitan ng pagbabad sa bigas ng bigas sa 2 tasa ng maligamgam na tubig sa loob ng humigit-kumulang 15 minuto. Kapag nababad, alisan ng tubig at itabi.

b) Susunod, isawsaw ang isang sheet ng rice paper sa maligamgam na tubig, humigit-kumulang 110 degrees Fahrenheit, at pagkatapos ay ilipat ito sa ibabaw ng trabaho na natatakpan ng basang tuwalya sa kusina.

c) Maghintay ng humigit-kumulang 30 segundo, o hanggang sa maging malambot ang wrapper. Ngayon, maglagay ng dahon ng lettuce sa ilalim ng dalawang-katlo ng papel na bigas, siguraduhing mag-iiwan ka ng 2-pulgadang hangganan ng papel sa ibaba.

d) Magpatong sa 2 kutsarang vermicelli, 1 kutsarang ginutay-gutay na karot, 2 hiwa ng mangga, 1 kutsarang basil at mint, at 2 kutsarang bean sprouts sa ibabaw ng lettuce.

e) Tiklupin pataas ang ilalim na 2-pulgadang hangganan ng papel na bigas sa ibabaw ng palaman, at pagkatapos ay itupi itong muli pataas upang ilakip ang palaman. Magpatuloy sa pamamagitan ng pagtiklop sa kanang gilid, at pagkatapos ay sa kaliwang gilid ng wrapper. Panatilihin ang pagtiklop hanggang sa mabuo ang isang masikip na silindro.

f) Ilipat ang nakumpletong spring roll sa isang serving tray at takpan ito ng basang papel na tuwalya upang mapanatili itong sariwa.

g) Ipagpatuloy ang pagpuno at pag-roll hanggang sa maubos mo ang lahat ng sangkap.

h) Ang mga mangga spring roll na ito ay pinakamahusay na tinatangkilik kasama ang Spicy Thai Vinaigrette bilang isang dipping sauce.

24. Mixed Fruit Spring Rolls na may Strawberry Sauce

MGA INGREDIENTS:
PARA SA FRUIT SPRING ROLLS:
- 1 tasa ng strawberry, hiniwa sa quarters
- 2 kiwi, gupitin sa hiwa
- 2 dalandan, gupitin sa hiwa
- 1 mangga, gupitin sa mga piraso
- 2 mga milokoton, gupitin sa mga piraso
- ½ tasa ng cherry, pitted at gupitin sa kalahati
- ½ tasa ng blueberries
- ½ tasa ng raspberry
- 1 star fruit
- 8 sheet ng Vietnamese rice paper
- Mga sariwang dahon ng mint

PARA SA STRAWBERRY DIPPING SAUCE:
- 2 tasang strawberry
- 1 passion fruit

PARA SA CHOCOLATE SAUCE:
- 1 tasa ng maitim na tsokolate, natunaw

MGA TAGUBILIN:
PAGHAHANDA NG FRUIT SPRING ROLLS:
a) Gupitin ang lahat ng prutas sa maliliit na piraso. Kung nais, gumamit ng isang hugis-bituin na pamutol para sa mangga.
b) Punan ang isang mababaw na mangkok ng tubig at isawsaw ang Vietnamese rice paper sheet sa tubig, siguraduhing basa ang mga ito sa magkabilang panig. Mag-ingat na huwag ibabad ang mga ito nang masyadong mahaba, dahil maaari silang maging masyadong malambot.
c) Kapag nabasa mo na ang mga papel ng bigas, ilagay ang isang bahagi ng mga inihandang prutas sa bawat sheet ng papel na bigas.
d) Ilagay ang mga ito sa gitna at pagkatapos ay i-roll up ang mga ito tulad ng isang burrito, na natitiklop sa dalawang gilid flaps habang ikaw ay pupunta.

PAGGAWA NG STRAWBERRY DIPPING SAUCE:
e) Sa isang blender, pagsamahin ang mga strawberry at ang pulp ng passion fruit.

f) Haluin hanggang makinis. Ito ang iyong magiging strawberry dipping sauce.

SERVING:

g) Ihain ang fruit spring roll kasama ang strawberry dipping sauce. Maaari ka ring mag-alok ng tinunaw na dark chocolate bilang alternatibong opsyon sa paglubog.

h) I-enjoy ang iyong nakakapresko at malusog na Fruit Spring Rolls sa mainit na araw ng tag-araw!

25. Tropical Fruit Summer Rolls

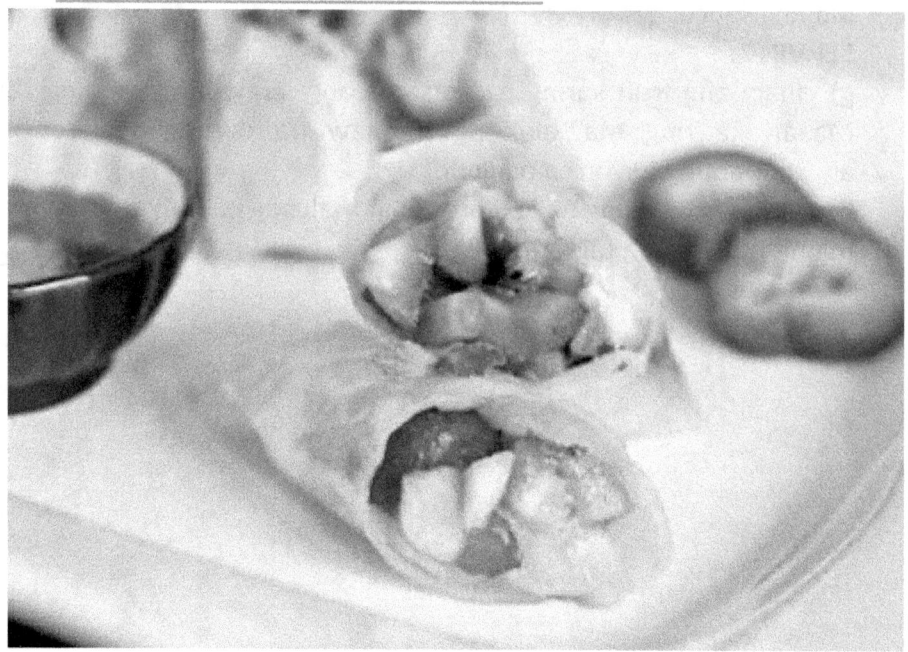

MGA INGREDIENTS:
PARA SA SUMMER ROLLS:
- 8 rice paper wrapper
- 1 hinog na mangga, binalatan at hiniwa ng manipis
- 1 hinog na papaya, binalatan, pinagbinhan, at hiniwa ng manipis
- 1 saging, hiniwa ng manipis
- ½ pinya, binalatan, tinadtad, at hiniwa ng manipis
- ½ tasa sariwang dahon ng mint
- ½ tasa sariwang dahon ng basil (opsyonal)
- ½ tasa sariwang dahon ng cilantro (opsyonal)

PARA SA DIPPING SAUCE:
- ¼ tasang gata ng niyog
- 2 kutsarang pulot
- 1 kutsarang katas ng kalamansi
- ½ kutsarita gadgad na kalamansi na balat
- ½ kutsarita vanilla extract

MGA TAGUBILIN:
PARA SA DIPPING SAUCE:
a)   Sa isang maliit na mangkok, haluin ang gata ng niyog, pulot, katas ng kalamansi, lime zest, at vanilla extract hanggang sa maayos na pagsamahin. Itabi.
PARA SA SUMMER ROLLS:
b)   Ihanda ang lahat ng prutas at damo sa pamamagitan ng paghuhugas at paghiwa ng mga ito sa manipis na piraso.
c)   Punan ang isang mababaw na ulam na may maligamgam na tubig. Gumagawa nang paisa-isa, maglagay ng rice paper wrapper sa maligamgam na tubig sa loob ng mga 10-15 segundo, o hanggang ito ay maging malambot at malambot.
d)   Maingat na iangat ang pinalambot na papel na bigas at ilagay ito sa isang malinis na ibabaw, tulad ng isang plato o isang cutting board.
e)   Sa ibabang ikatlong bahagi ng papel na bigas, patong-patong ang mga hiwa ng mangga, papaya, saging, at pinya. Magdagdag ng isang dakot ng sariwang dahon ng mint, at kung nais, dahon ng basil at cilantro para sa karagdagang lasa.
f)   I-fold ang mga gilid ng rice paper, at pagkatapos ay i-roll ito nang mahigpit, katulad ng pag-roll ng burrito.
g)   Ulitin ang proseso sa mga natitirang rice paper wrappers at prutas.
h)   Ihain ang mga tropikal na fruit summer roll kasama ang inihandang dipping sauce.

26.Berry at Veggie Rice Paper Rolls

MGA INGREDIENTS:
PARA SA SUMMER ROLLS:
- 10 rice paper wrapper (pumili sa pagitan ng dalawang laki: summer rolls)
- 1.5 tasa ng nilutong vermicelli noodles (opsyonal para sa mga idinagdag na carbs)
- ½ tasa ng strawberry
- ½ tasa ng raspberry
- ½ tasa ng blackberry

GULAY:
- 1 maliit na romaine lettuce
- 1 karot
- ½ pipino
- 1 kampanilya paminta
- ½ tasa ng purple cauliflower (opsyonal)
- ½ tasa ng pulang repolyo
- 1 abukado
- Isang dakot ng cilantro
- Isang dakot ng sariwang mint
- Isang dakot ng Thai basil
- Nakakain na mga bulaklak (opsyonal)

PROTEIN (OPTIONAL):
- ½ tasa ng tofu

DIPS AT DRESSINGS:
- Peanut dipping sauce
- Salad dressing (strawberry, raspberry, o blackberry dressing)

MGA TAGUBILIN:
IHANDA ANG MGA FILLINGS

a) Magsimula sa pagluluto ng noodles ng vermicelli ayon sa mga direksyon ng pakete, na tinitiyak na ganap itong lumamig. Ang pagpaputi ng mga ito saglit at ang pagbabanlaw sa kanila ng malamig na tubig ay gumagana nang maayos.

b) Ihanda ang mga prutas at gulay sa pamamagitan ng paghiwa ng manipis o istilong julienne. Maaari ka ring gumamit ng mga stamper upang lumikha ng mga nakakatuwang hugis tulad ng mga puso, bulaklak, o mga bituin. Para sa tofu, julienne ito sa manipis na piraso ng baton.

IHANDA ANG IYONG DIPPING SAUCE/S

c) Mayroon kang iba't ibang opsyon para sa paglubog ng mga sarsa, tulad ng Peanut Butter Dipping Sauce, Mango sweet chili sauce, o berry dressing (strawberry, raspberry, o blackberry).

d) Bilang kahalili, maaari mong ihain ang mga rolyo na may toyo.

IHANDA ANG RICE PAPER

e) Palambutin ang mga pambalot ng papel na bigas nang paisa-isa sa pamamagitan ng paglubog sa kanila sa maligamgam na tubig sa loob ng 5-10 segundo.

f) Alisin ang mga ito kapag nababaluktot na ngunit hindi ganap na lumambot. Hayaang tumulo ang labis na tubig at ilagay ito sa isang patag na ibabaw, tulad ng mamasa-masa na chopping board o kitchen towel.

MAGTITIPON ANG SUMMER ROLLS

g) Ang pagpuno ng mga rolyo ay diretso. Magsimula nang humigit-kumulang isang pulgada mula sa gilid ng wrapper at i-layer ang iyong mga palaman, tulad ng julienned vegetables, tofu (opsyonal), berry slices, at herbs. Maaari ka ring magdagdag ng rice noodles kung nais.

h) Isaalang-alang ang pagkakasunud-sunod ng mga sangkap, dahil ang mga unang inilagay ay ang tuktok ng roll.

i) Upang balutin ang mga rolyo, isuksok ang mga gilid at i-roll nang paulit-ulit hanggang sa selyadong. Ito ay katulad ng pag-roll ng burrito.

j) Para sa aesthetically pleasing roll, iwisik ang mga buto at ayusin ang mga hugis na hiwa ng prutas o gulay bago idagdag ang mga natitirang sangkap.

k) Ang mga summer roll na ito ay pinakamahusay na tinatangkilik kaagad o sa parehong araw. Ihain ang mga ito kasama ng iyong ginustong dipping sauce/s.

l) Itago ang anumang natira sa refrigerator, na nakabalot nang paisa-isa upang maiwasang matuyo at mabibitak ang rice paper.

m) Pahintulutan silang bumalik sa temperatura ng silid bago kainin.

27.Rose-Inspired Rice Paper Rolls

MGA INGREDIENTS:
- 6 na onsa ng tuyong bigas na bigas na pansit
- ½ tasa ng bagong piniling culinary rose petals
- 12 pabilog na papel na bigas
- 1 ¼ tasa ng manipis na hiniwang labanos at/o English cucumber
- ¼ tasa ng sariwang dahon ng mint
- ¼ tasa ng sariwang dahon ng cilantro

ROSE DIPPING SAUCE
- ¼ tasa ng toyo
- ¼ tasa ng Rose Vinegar

MGA TAGUBILIN:
a) Sa isang malaking kasirola, lutuin ang mga pansit sa kumukulong, bahagyang inasnan na tubig sa loob ng 2 hanggang 3 minuto o hanggang sa lumambot na lamang. Patuyuin at banlawan sa ilalim ng malamig na tubig, pagkatapos ay alisan ng tubig.

b) Sa isang maluwang na mangkok, gupitin ang pinalamig na pansit sa maikling haba at ihagis ang mga ito ng ¼ tasa ng mga talulot ng rosas.

c) Upang tipunin ang mga rolyo: Ibuhos ang maligamgam na tubig sa isang mababaw na mangkok o pie plate. Kumuha ng isang papel ng bigas sa isang pagkakataon, at isawsaw ito sa tubig hanggang sa ito ay maging malambot.

d) Maglagay ng humigit-kumulang ¼ tasa ng rice noodles humigit-kumulang isang katlo ng taas mula sa ibaba, patungo sa gitna ng rice paper. Tiklupin ang ilalim na gilid sa ibabaw ng pagpuno at igulong nang mahigpit nang isang beses.

e) Ilagay ang ilan sa mga gulay, halamang gamot, at ang natitirang mga talulot ng rosas sa papel sa itaas ng pinagsamang bahagi. Isuksok ang mga gilid, at ipagpatuloy ang pag-roll upang i-seal ang papel na bigas sa paligid ng pagpuno.

f) Ulitin ang prosesong ito sa natitirang mga papel na bigas. Ihain ang mga rolyo kasama ang Rose Dipping Sauce.

ROSE DIPPING SAUCE:
g) Sa isang maliit na mangkok, pagsamahin ang ¼ tasa ng toyo at ¼ tasa ng Rose Vinegar.

h) Budburan ng coarsely ground black pepper.

28.Tofu at Bok Choy Rice Paper Rolls

MGA INGREDIENTS:
- 12 sariwang baby corn, hinati nang pahalang
- 24 na dahon ng baby bok choy
- 300 gramo ng firm silken tofu
- 2 tasa (160g) bean sprouts
- 24 x 17cm square rice paper sheets

CHILLI SAUCE:
- ⅓ tasa (80ml) matamis na sarsa ng sili
- 1 kutsarang toyo

MGA TAGUBILIN:
a) Pakuluan, pasingawan, o i-microwave ang mais at bok choy nang magkahiwalay hanggang sa lumambot. Alisan ng tubig.
b) Samantala, pagsamahin ang mga sangkap para sa chili sauce sa isang maliit na mangkok.
c) Hatiin ang tofu nang pahalang at gupitin ang bawat kalahati sa 12 pantay na piraso.
d) Ilagay ang tofu sa isang medium bowl at ihalo ito sa kalahati ng chili sauce.
e) Ilagay ang isang sheet ng rice paper sa isang medium bowl ng maligamgam na tubig hanggang sa lumambot lang.
f) Maingat na iangat ang sheet mula sa tubig at ilagay ito sa isang tea-towel-covered board na may sulok na nakaturo sa iyo.
g) Maglagay ng isang tofu strip nang pahalang sa gitna ng sheet, pagkatapos ay itaas ito ng isang piraso ng mais, isang dahon ng bok choy, at ilang usbong.
h) Tiklupin ang sulok na nakaharap sa iyo sa ibabaw ng palaman, pagkatapos ay igulong ang papel na bigas upang ilakip ang palaman, na tiklop sa isang gilid pagkatapos ng unang kumpletong pagliko ng rolyo.
i) Ulitin ang prosesong ito sa natitirang mga rice paper sheet, tofu, mais, bok choy, at sprouts.
j) Ihain ang mga rolyo kasama ang natitirang chili sauce para isawsaw.

PIZZA

29. Sweet At Spicy Pineapple Pizza

MGA INGREDIENTS:
- Extra-virgin olive oil, para sa pagpapadulas
- ½ pound na Walang-masahin na Tinapay at Pizza Dough
- ½ tasa ng Chipotle Salsa
- ¼ tasa sariwang cilantro o basil, tinadtad
- 1 tasang ginutay-gutay na vegan cheese
- 1 tasang sariwang pinya na tipak
- ½ tasang gadgad na vegan cheese
- 2 berdeng sibuyas, tinadtad
- 1 tasang baby arugula

MGA TAGUBILIN:
a) Painitin muna ang oven sa 450°F. Magpahid ng baking sheet.
b) Sa ibabaw ng trabaho na may bahagyang floured, igulong ang kuwarta sa ¼-inch na kapal.
c) Maingat na ilipat ang kuwarta sa inihandang baking sheet. Ikalat ang chipotle salsa sa ibabaw ng kuwarta, na nag-iiwan ng 1-pulgadang hangganan.
d) Iwiwisik ang cilantro, pagkatapos ay ang fontina. Layer ang pinya sa itaas at tapusin na may vegan cheese.
e) Ihurno ang pizza hanggang ang crust ay maging ginintuang at ang keso ay natunaw sa loob ng 10 hanggang 15 minuto.
f) Itaas ang berdeng sibuyas at arugula. Hiwain at ihain.

30. Nectarine White Pizza

MGA INGREDIENTS:
- 2 kutsarang extra-virgin olive oil, at higit pa para sa pag-greasing at drizzling
- ½ pound na Walang-masahin na Tinapay at Pizza Dough
- 1 kutsarang tinadtad na sariwang chives
- ¼ tasa na bahagyang naka-pack na sariwang dahon ng basil, tinadtad, at higit pa para sa dekorasyon
- 1 sibuyas ng bawang, gadgad
- 1 kutsarita dinurog na pulang paminta flakes
- 1½ tasang gadgad na vegan cheese
- 1 nectarine o peach, hiniwa nang manipis
- Kosher na asin at sariwang giniling na paminta
- 6 na blackberry
- Balsamic vinegar, para sa pag-ambon
- Honey, para sa pag-ambon

MGA TAGUBILIN:
a) Painitin muna ang oven sa 450°F. Magpahid ng baking sheet.
b) Pagulungin ang kuwarta sa isang ¼-pulgada na kapal.
c) Maingat na ilipat ang kuwarta sa inihandang baking sheet.
d) Ikalat ang 2 kutsarang langis ng oliba sa masa, mag-iwan ng 1 pulgadang hangganan, pagkatapos ay iwiwisik ang tinadtad na chives at basil, bawang, at pulang paminta na mga natuklap. Idagdag ang vegan cheese.
e) Ilagay ang mga nectarine sa itaas at bahagyang ibuhos ng langis ng oliba. Timplahan ng asin at paminta. Maghurno hanggang ang crust ay ginintuang at ang keso ay natunaw, 10 hanggang 15 minuto.
f) Ibabaw na may hiniwang basil at blackberry, kung ninanais, at lagyan ng suka at pulot. Hiwain at ihain.

31. Bbq Strawberry Pizza

MGA INGREDIENTS:
- 1 masa ng pizza
- 1 tasang vegan cheese at higit pa para sa dekorasyon
- 2 kutsarang balsamic glaze
- 2 tasang hiniwang strawberry
- ⅓ tasa tinadtad na basil
- paminta sa panlasa
- 1 kutsarang langis ng oliba para ibuhos

MGA TAGUBILIN:
a) Magluto ng pizza crust sa BBQ o sa oven.
b) Alisin mula sa init at ikalat na may herbed cashew cream cheese.
c) Budburan ng basil at strawberry.
d) Magpahid ng olive oil at balsamic glaze at palamutihan ng paminta at higit pang vegan cheese.

32.Fig, At Radicchio Pizza

MGA INGREDIENTS:
- 3 pinatuyong Mission fig
- ½ tasang tuyong red wine
- 2 kutsarang hilaw na piraso ng walnut
- All-purpose na harina
- 6 ounces na bola na No-Knead Pizza Dough
- 2 kutsarang extra virgin olive oil
- ½ ulo radicchio, ginutay-gutay
- 2 ounces ng vegan cheese, hiwa-hiwain

MGA TAGUBILIN:

a) Painitin muna ang broiler gamit ang rack set na 5 pulgada mula sa elemento o apoy. Kung gumagamit ka ng cast-iron skillet o griddle pan para sa pizza, ilagay ito sa katamtamang init hanggang umusok ito, mga 15 minuto.

b) Ilipat ang kawali o kawali sa broiler.

c) Ilagay ang mga igos sa isang kawali sa katamtamang init, ibuhos ang alak, at pakuluan. Patayin ang apoy at hayaang magbabad ang mga igos nang hindi bababa sa 30 minuto. Alisan ng tubig, pagkatapos ay i-chop sa ½ pulgadang piraso.

d) I-toast ang mga piraso ng walnut sa isang tuyong kawali sa katamtamang init, sa loob ng 3 hanggang 4 na minuto. Ilipat sa isang plato, hayaang lumamig, at pagkatapos ay gupitin.

e) Upang hubugin ang kuwarta, lagyan ng harina ang ibabaw ng trabaho at ilagay ang bola ng kuwarta dito.

f) Budburan ng harina at masahin ng ilang beses hanggang sa magsama-sama ang masa.

g) Buuin ito sa isang 8-pulgadang bilog sa pamamagitan ng pagpindot mula sa gitna palabas patungo sa mga gilid, na nag-iiwan ng 1-pulgadang hangganan na mas makapal kaysa sa iba.

h) Buksan ang pinto ng oven at mabilis na i-slide palabas ang rack na may ibabaw ng pagluluto. Kunin ang kuwarta at mabilis na ilipat ito sa ibabaw ng pagluluto, mag-ingat na huwag hawakan ang ibabaw.

i) Ibuhos ang 1 kutsarang mantika sa masa, ikalat ang mga piraso ng walnut sa itaas, pagkatapos ay radicchio, pagkatapos ay tinadtad na igos, at pagkatapos ay keso.

j) I-slide ang rack pabalik sa oven at isara ang pinto. Iprito ang pizza hanggang sa pumutok ang crust sa mga gilid, ang pizza ay umitim sa mga spot, at ang keso ay natunaw sa loob ng 3 hanggang 4 na minuto.

k) Alisin ang pizza gamit ang isang kahoy o metal na balat o isang parisukat na karton, ilipat ito sa isang cutting board, at hayaan itong magpahinga ng ilang minuto.

l) Ibuhos ang natitirang 1 kutsara ng mantika sa itaas, gupitin ang pizza sa apat na bahagi, ilipat ito sa isang plato, at kainin.

33. Pizza Bianca With Peaches

MGA INGREDIENTS:
- 12 oz pizza dough
- all-purpose na harina, para sa pagwiwisik
- 2 kutsarang langis ng oliba
- 3 cloves ng bawang, pinong tinadtad
- 2 peach, hiniwa
- 12 oz vegan mozzarella, tinadtad sa mga tipak
- ½ tasang ginutay-gutay na vegan mozzarella
- giniling na paminta upang iwiwisik
- ¼ tasa ng masikip na basil na dahon
- 1 kutsarang balsamic glaze, para sa pag-ambon

MGA TAGUBILIN:
a) Painitin ang hurno sa 450F/230C. Budburan ng all-purpose flour ang isang pizza stone. I-flatte ang pizza dough sa isang magaspang na bilog, ¼ pulgada ang kapal. Kulayan ng langis ng oliba at budburan ng tinadtad na bawang.
b) Palamutihan ang pizza ng hiniwang peach at mozzarella chunks, budburan ng ginutay-gutay na mozzarella, at kaunting paminta.
c) Magluto ng 15 hanggang 20 minuto, o hanggang ang mga gilid ay maging ginintuang kayumanggi at ang mozzarella ay bumubula sa gitna. Alisin mula sa init at hayaang lumamig ng 5 minuto.
d) Palamutihan ang pizza ng sariwang dahon ng basil at lagyan ng balsamic glaze.

34.Vegan Watermelon Fruit Pizza

MGA INGREDIENTS:
- ½ tasa na walang tamis na gatas ng niyog na alternatibong yogurt
- 1 kutsarita purong maple syrup
- ¼ kutsarita vanilla extract
- 2 malalaking bilog na hiwa ng pakwan, gupitin mula sa gitna ng melon
- ⅔ tasa ng hiniwang strawberry
- ½ tasa ng kalahating blueberry o blackberry
- 2 kutsarang toasted unsweetened coconut flakes

MGA TAGUBILIN:
a) Pagsamahin ang mga alternatibong yogurt, maple syrup, at vanilla sa isang maliit na mangkok.
b) Ikalat ang ¼ tasa ng pinaghalong yogurt sa bawat bilog na pakwan.
c) Gupitin ang bawat round sa 8 wedges.
d) Itaas ang mga strawberry at blueberries.
e) Budburan ng niyog.

35. Bbq Jackfruit Pizza

MGA INGREDIENTS:
PARA SA JACKFRUIT
- 20-ounce na lata ng batang berdeng langka sa brine o tubig HINDI syrup
- ½ tasa ng ketchup
- ¼ tasang apple cider vinegar
- ¼ tasa ng tubig
- 2 kutsarang tamari o toyo kung hindi umiiwas sa gluten
- 1 kutsarang maple syrup
- 1 kutsarang dilaw na mustasa
- 1 kutsarita pinausukang paprika
- 1 kutsarita ng bawang pulbos
- 1 kutsarita ng sibuyas na pulbos

PARA SA PIZZA
- 2 12-inch multigrain flatbreads/dough
- ½ recipe ng vegan mozzarella cheese
- ¼ tasang pulang sibuyas na hiniwa nang manipis

MGA TAGUBILIN:
a) Magsimula sa paggawa ng iyong vegan mozzarella cheese. Pagkatapos ay palamigin habang inihahanda mo ang natitira, upang medyo matigas ito, na ginagawang mas madali ang pag-scoop sa iyong crust.
b) Patuyuin at banlawan nang mabuti ang iyong langka upang maalis ang lasa ng brine. Pagkatapos ay ilipat sa isang food processor at pulso hanggang sa ginutay-gutay. Huwag iproseso, gusto mo chunky piraso, hindi isang mince.
c) Bilang kahalili, maaari mong ilipat ang langka sa isang cutting board at paghiwalayin ang mga piraso gamit ang iyong mga daliri o dalawang tinidor. Itabi.

PARA MAGLUTO NG JACKFRUIT
d) Paghaluin ang lahat ng sangkap ng sarsa sa isang maliit na mangkok at itabi.
e) Ilagay ang hinimay na langka sa isang kawali at ibuhos ang sauce sa ibabaw. Igisa sa katamtamang apoy, paghahalo paminsan-minsan, hanggang sa halos masipsip ang sarsa. Aabutin ito ng mga 8-10 minuto.

ASSEMBLY
f) Painitin muna ang iyong hurno sa 425 degrees F at ihanay ang isang malaking baking tray upang magkasya ang parehong flatbread na may parchment paper, o gumamit ng dalawang mas maliit na tray.
g) Hatiin ang langka sa pagitan ng iyong dalawang flatbread, at i-scoop ang vegan mozzarella gamit ang melon baller o kutsarita. Ilagay ang keso sa buong pizza at iwiwisik ang pulang sibuyas sa ibabaw. Maghurno ng 13-18 minuto, o hanggang sa maging ginintuang ang mga gilid at bahagyang matunaw ang mozzarella.

36. Butternut Squash Pizza With Apples & Pecans

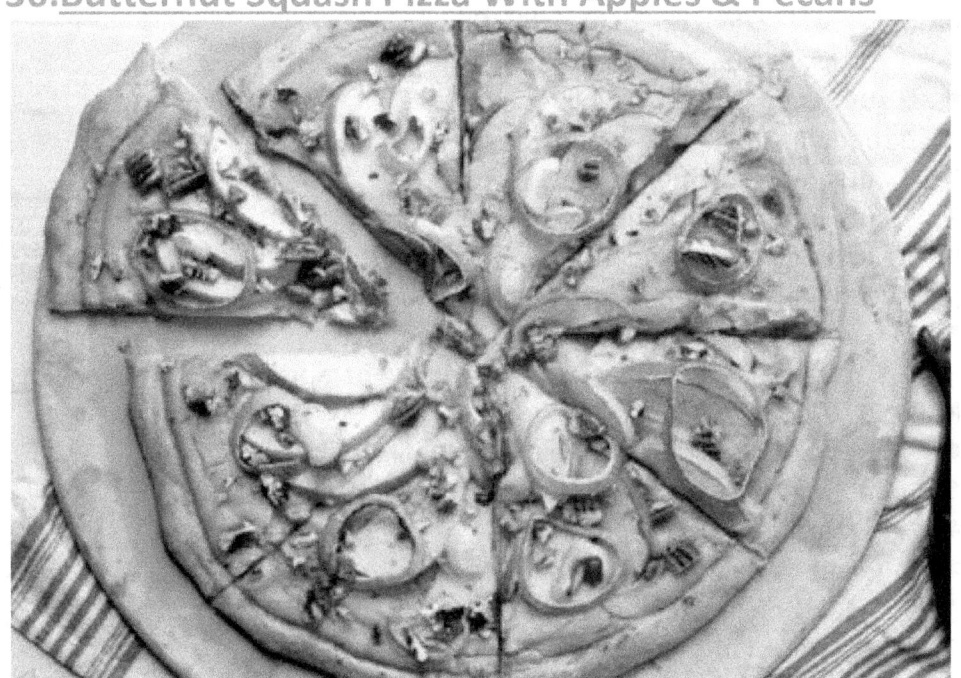

MGA INGREDIENTS:
PARA SA BUTTERNUT SQUASH SAUCE:
- 4 na tasang cubed butternut squash
- 2 kutsarang extra virgin olive oil
- 1 medium clove na bawang, binalatan
- 1 kutsarang nutritional yeast flakes
- 1 kutsarita ng Dijon mustard
- 1 kutsarita sariwang dahon ng thyme
- Kurutin ang mga natuklap na pulang paminta
- ½ kutsarita kosher salt + higit pa sa panlasa
- ⅛ kutsarita ng sariwang giniling na itim na paminta + higit pa sa panlasa

PARA SA PIZZA:
- 1 pound 16 ounces lutong bahay o binili na pizza dough
- 1 batch ng butternut squash sauce
- 2 katamtamang mansanas
- ½ maliit na pulang sibuyas, hiniwa ng manipis
- ⅓ tasa ng pecan, tinadtad
- 2 kutsarang langis ng oliba
- Isang pares ng kurot ng kosher salt o sea salt
- Ilang dahon ng sariwang thyme

MGA TAGUBILIN:
a) Painitin ang hurno sa 450 degrees Fahrenheit.
b) Gawin ang sarsa. Punan ang isang malaking kasirola sa kalahating puno ng tubig at ilagay sa mataas na init. Magdagdag ng butternut squash. Pakuluan at lutuin hanggang lumambot ang tinidor, 6-7 minuto.
c) Alisan ng tubig ang kalabasa sa isang colander at hayaang lumamig ng ilang minuto. Idagdag sa pitcher ng high-speed blender o sa bowl ng food processor na nilagyan ng S-blade. Idagdag ang natitirang mga sangkap at katas hanggang makinis. Kung ang sarsa ay kailangang manipis nang kaunti, magdagdag ng higit pang langis ng oliba, mga isang kutsarita sa isang pagkakataon.
d) Ikalat ang kuwarta sa iyong nais na hugis at kapal sa isang cookie sheet o pizza stone. Lagyan ng butternut squash sauce at ikalat ng kutsara. Layer na may mga mansanas, pagkatapos ay mga sibuyas, pagkatapos ay pecans. Magpahid ng 2 kutsarang langis ng oliba at budburan ng ilang kurot na asin sa ibabaw.
e) Maghurno hanggang ang crust ay ginintuang at maluto, ang mga mansanas at sibuyas ay malambot, at ang mga pecan ay inihaw ngunit hindi nasusunog, mga 10 minuto.
f) Top na may fresh thyme.

37. Portobello At Black Olive Pizza

MGA INGREDIENTS:
- 1 masa ng pizza
- 2 kutsarang langis ng oliba
- 2 portobello mushroom caps, gupitin sa ¼-inch na hiwa
- 1 kutsarang pinong tinadtad na sariwang basil
- ¼ kutsarita ng pinatuyong oregano
- Asin at sariwang giniling na itim na paminta
- ½ tasang pizza sauce o marinara sauce

MGA TAGUBILIN:
a) Bahagyang patagin ang tumaas na kuwarta, takpan ito ng plastic wrap o malinis na dish towel, at itabi upang makapagpahinga ng 10 minuto.
b) Ilagay ang oven rack sa pinakamababang antas ng oven. Painitin muna ang oven sa 450°F. Banayad na langis ng pizza pan o baking sheet.
c) Ilagay ang nakakarelaks na kuwarta sa ibabaw ng pinagawaan nang bahagya at patagin gamit ang iyong mga kamay, paikutin at patubuin nang madalas, gawin itong 12-pulgadang bilog. Mag-ingat na huwag mag-overwork ang gitna o ang gitna ng crust ay magiging masyadong manipis. Ilipat ang kuwarta sa inihandang pizza pan o baking sheet.
d) Sa isang kawali, painitin ang 1 kutsara ng mantika sa katamtamang init.
e) Idagdag ang mga mushroom at lutuin hanggang lumambot, mga 5 minuto. Alisin mula sa init at idagdag ang basil, oregano, at asin at paminta sa panlasa. Haluin ang mga olibo at itabi.
f) Ikalat ang natitirang 1 kutsarang mantika sa inihandang pizza dough, gamit ang iyong mga daliri upang pantay-pantay itong ikalat. Itaas ang sarsa ng pizza, kumakalat nang pantay-pantay sa humigit-kumulang ½ pulgada mula sa gilid ng kuwarta. Ikalat ang pinaghalong gulay nang pantay-pantay sa ibabaw ng sarsa, sa halos ½ pulgada mula sa gilid ng kuwarta.
g) Maghurno hanggang sa maging golden brown ang crust, mga 12 minuto. Gupitin ang pizza sa 8 wedges at ihain nang mainit.

38. Vegan White Mushroom Pizza

MGA INGREDIENTS:
- 1 masa ng pizza
- 2 kutsarang langis ng oliba
- ½ tasa ng manipis na hiniwang pulang sibuyas
- ¼ tasa tinadtad na pulang kampanilya paminta
- 1 tasang hiniwang puting mushroom
- ½ tasang pizza sauce o marinara sauce
- ¼ kutsarita ng tuyo na basil
- Asin at sariwang giniling na itim na paminta
- 2 kutsarang hiniwang pitted Kalamata olives

OPSYONAL NA MGA TOPPING:
- Ginisang zucchini
- Hiniwang mainit na paminta
- Mga pusong artichoke
- Mga kamatis na pinatuyong araw

MGA TAGUBILIN:

a) Ilagay ang oven rack sa pinakamababang antas ng oven. Painitin muna ang oven sa 450°F. Banayad na langis ng pizza pan o baking sheet.

b) Kapag tumaas na ang pizza dough, patagin nang bahagya ang dough, takpan ito ng plastic wrap o malinis na tuwalya, at itabi ito para makapagpahinga ng 10 minuto.

c) Ilabas ang kuwarta sa ibabaw ng harina at gamitin ang iyong mga kamay upang patagin ito, paikutin at patubuin nang madalas, gawin itong 12-pulgadang bilog. Mag-ingat na huwag mag-overwork ang gitna o ang gitna ng crust ay magiging masyadong manipis. Ilipat ang kuwarta sa inihandang pizza pan o baking sheet.

d) Sa isang kawali, painitin ang 1 kutsara ng mantika sa katamtamang init. Idagdag ang sibuyas, kampanilya, at mushroom at lutuin hanggang lumambot, mga 5 minuto. Alisin sa init at itabi.

e) Ikalat ang natitirang 1 kutsarang mantika sa inihandang pizza dough, gamit ang iyong mga daliri upang pantay-pantay itong ikalat.

f) Itaas ang sarsa ng pizza, kumakalat nang pantay-pantay sa humigit-kumulang ½ pulgada mula sa gilid ng kuwarta. Budburan ng oregano at basil.

g) Ikalat ang pinaghalong gulay nang pantay-pantay sa ibabaw ng sarsa sa loob ng humigit-kumulang ½ pulgada mula sa gilid ng kuwarta.

h) Timplahan ng asin at itim na paminta ayon sa panlasa. Budburan ang mga olibo at anumang nais na mga toppings.

i) Maghurno hanggang sa maging golden brown ang crust, mga 12 minuto. Gupitin ang pizza sa 8 wedges at ihain nang mainit.

39. Mini Portobello Pizza

MGA INGREDIENTS:
- 1 baging kamatis, hiniwang manipis
- ¼ tasa ng sariwang tinadtad na balanoy
- Kurutin ang Low-Sodium Salt at Pepper
- 4 ounces ng Vegan cheese
- 20 hiwa ng Pepperoni
- 6 na kutsarang Olive Oil
- 4 Portobello Mushroom Caps

MGA TAGUBILIN:
a) Kuskusin ang lahat ng loob ng kabute.
b) Painitin muna ang hurno sa mataas na pag-ihaw at lagyan ng Olive Oil ang loob ng mga mushroom. Timplahan ng asin at paminta.
c) Iprito ang kabute sa loob ng 3 minuto.
d) Baliktarin ang mga mushroom at lagyan ng Olive Oil, at timplahan ng asin at paminta.
e) Magluto ng karagdagang 4 na minuto.
f) Sa bawat kabute, maglagay ng kamatis at dahon ng basil.
g) Itaas ang bawat mushroom na may 5 piraso ng pepperoni at Vegan cheese.
h) Iprito ng isa pang 2 minuto.

40. Banayad na Microgreen Forest Pizza

MGA INGREDIENTS:
- 1 masa ng pizza
- ½ tasa ng chimichurri
- ½ tasang sariwang vegan cheese, bahagyang nagyelo at gadgad
- 4 ounces cremini mushroom, hiniwa
- 2 ounces broccolini
- 1½ tasa ng arugula
- ⅓ tasa na inahit na vegan na keso
- Mild mix microgreens

MGA TAGUBILIN:
a) Pahiran ng cornmeal o semolina flour ang balat ng pizza. Kailangan mong lagyan ng alikabok ang iyong balat ng pizza ng higit pa kaysa sa iyong iniisip upang maiwasan ang pagdikit upang ang iyong pizza ay dumulas sa pizza stone.
b) Lumipat sa gilid.
c) Kapag handa nang hubugin ang kuwarta at buuin ang iyong pizza, painitin muna ang iyong oven gamit ang pizza stone.
d) Ilagay ang bato sa ibabang ikatlong bahagi ng iyong hurno at painitin sa 500°.
e) Kapag ang aking oven ay preheated, magtakda ng isang timer para sa 30 minuto.
f) Ilipat ang pizza dough sa isang masaganang floured surface.
g) Iunat ito sa hugis ng pizza o maaari mo munang hatiin ito sa kalahati upang makagawa ng dalawang magkahiwalay na pizza. Ang mas maliliit na pizza ay mas madaling ilipat mula sa balat patungo sa pizza stone.
h) Siguraduhing mag-iwan ng gilid o "crust" na gilid.
i) Ilipat ang kuwarta sa inihandang alisan ng balat.
j) Kutsara at ikalat ang chimichurri sa gitna ng pizza. Nangunguna sa karamihan ng Vegan cheese. Pagkatapos ay itaas na may hiniwang cremini mushroom at broccolini florets.
k) Maghurno ng 6 hanggang 9 minuto. O hanggang ang crust ay ginintuang, ang keso ay natunaw at ang broccolini at mushroom ay malambot. Iniikot ko ang pizza sa kalahati ng pagluluto.
l) Alisin at hiwain. Itaas ang arugula, mas maraming keso, black pepper, at micro-greens.

41. Chanterelle Pizza na may Vegan Cheese

MGA INGREDIENTS:
- 2 kuwarta ng pizza
- ½ tasang tomato puree
- ¼ kutsarita ng asin
- 1 kurot ng pulbos ng bawang
- 1 bahagi ng Vegan Cheese Sauce
- 3 tasang chanterelles
- 1 kutsarang tinadtad na sariwang basil
- 1 kutsarang sariwang oregano

MGA TAGUBILIN:
a) Painitin muna ang oven sa 480°F/250°C.
b) Hatiin ang pizza dough sa dalawang pantay na piraso, at igulong ang bawat isa sa kanila sa isang floured parchment paper hanggang sa maging magandang base ng pizza.
c) Paghaluin ang tomato puree na may asin at pulbos ng bawang.
d) Idagdag ito sa masa at ikalat ito sa isang malaking kutsara.
e) Ihanda ang Vegan Cheese Sauce at idagdag ito sa pizza.
f) Hugasan at linisin ang mga chanterelles. Gupitin ang malalaki sa kalahati at idagdag ang mga ito sa pizza.
g) Ilagay ang pizza sa oven at maghurno ng mga 10-15 minuto.
h) Pagkatapos maghurno, itaas ang pizza na may sariwang basil at oregano. Enjoy!

42.Vegan Mushroom at Shallot White Pizza

MGA INGREDIENTS:
- 16-onsa na pakete ng pre-made pizza dough
- harina para sa paggulong ng kuwarta
- 3 tablespoons sun-dried tomato oil mula sa garapon, pinaghiwalay
- Inalis ang 4 na tangkay ng kabute ng shiitake at hiniwa ng manipis
- 1 shallot na hiniwa ng manipis
- Asin at paminta para lumasa
- 1 kutsarita sariwang thyme tinadtad
- 1 kutsarita sariwang basil tinadtad
- 1 sibuyas na bawang tinadtad
- 4 na kutsarang vegan cream cheese
- 3 kutsarang vegan creamer
- ¼ tasa ng pinatuyong araw na kamatis na halos tinadtad, pinatuyo ng mantika
- arugula, olive oil, basil, at red pepper flakes para sa paghahatid

MGA TAGUBILIN:

a) Ilagay ang kuwarta sa isang bahagyang floured na ibabaw at painitin ang oven sa 500 degrees. Payagan ang kuwarta na dumating sa temperatura ng silid at ang oven ay painitin nang 30 minuto.

b) Habang ang masa ay nagpapahinga, magdagdag ng 1 kutsara ng pinatuyong langis ng kamatis sa isang kawali sa katamtamang init. Idagdag ang mga mushroom, shallots, at isang pakurot ng paminta at ihalo upang pagsamahin. Magluto ng 5 minuto, pagpapakilos lamang ng ilang beses. Magdagdag ng isang pakurot ng asin at magluto ng ilang minuto pa.

c) Alisin sa apoy at itabi.

d) Idagdag ang natitirang 2 kutsarang mantika sa isang mangkok na may thyme, basil at bawang. Haluin upang pagsamahin at itabi.

e) Pagsamahin ang cream cheese at creamer sa isang mangkok at haluin hanggang makinis. Itabi.

f) Upang tipunin, ikalat ang kuwarta sa isang lightly oiled baking sheet. Ikalat sa iyong nais na hugis. Ikalat ang pinaghalong mantika/damo sa kuwarta. Itaas na may mga kamatis na pinatuyong araw. Ibuhos ang pinaghalong cream cheese sa ibabaw ng mga kamatis. Panghuli, ikalat ang mga mushroom/shalot sa ibabaw. Ilagay sa oven at maghurno ng 10 minuto. I-rotate ang pizza at lutuin ng isa pang 3 minuto.

g) Alisin mula sa oven at itaas na may arugula, basil, red pepper flakes, isang kurot ng asin at isang ambon ng langis ng oliba.

h) Hiwain at ihain!

43.Dilaw na mga kamatis Puting Pizza

MGA INGREDIENTS:
- 2 kuwarta ng pizza
- 1 Yukon Gold na patatas, binalatan at hiniwa sa ¼-pulgada na hiwa
- Asin at sariwang giniling na itim na paminta
- 2 kutsarang langis ng oliba
- 1 Vidalia o iba pang matamis na sibuyas, gupitin sa ¼-pulgada na hiwa
- 6 hanggang 8 sariwang dahon ng basil
- 2 hinog na dilaw na kamatis, gupitin sa ¼-pulgada na hiwa

MGA TAGUBILIN:

a) Ilagay ang oven rack sa pinakamababang antas ng oven. Painitin muna ang oven sa 450°F. Ayusin ang mga hiwa ng patatas sa isang lightly oiled baking sheet at timplahan ng asin at paminta ayon sa panlasa. Maghurno hanggang malambot at ginintuang kayumanggi, mga 10 minuto. Itabi. Banayad na langis ng pizza pan o baking sheet.

b) Kapag tumaas na ang pizza dough, patagin nang bahagya ang dough, takpan ito ng plastic wrap o malinis na tuwalya, at itabi ito para makapagpahinga ng 10 minuto.

c) Ilagay ang nakakarelaks na kuwarta sa ibabaw ng bahagyang harina at patagin gamit ang iyong mga kamay, paikutin at patubuin nang madalas, gawin itong 12-pulgadang bilog. Mag-ingat na huwag mag-overwork ang gitna o ang gitna ng crust ay magiging masyadong manipis. Ilipat ang kuwarta sa inihandang pizza pan o baking sheet.

d) Sa isang kawali, painitin ang 1 kutsara ng mantika sa katamtamang init. Idagdag ang sibuyas at lutuin hanggang malambot at mag-caramelized, madalas na pagpapakilos ng mga 30 minuto. Alisin sa init, timplahan ng oregano at asin at paminta sa panlasa, at itabi.

e) Ikalat ang natitirang 1 kutsara ng langis ng oliba sa inihandang pizza dough, gamit ang iyong mga daliri upang ikalat ito nang pantay-pantay. Itaas ang caramelized na sibuyas, kumakalat nang pantay-pantay sa halos ½ pulgada

f) mula sa gilid ng kuwarta. Itaas ang mga dahon ng basil, pagkatapos ay ayusin ang mga hiwa ng patatas at kamatis sa ibabaw ng mga sibuyas at basil.

g) Maghurno hanggang sa maging golden brown ang crust, mga 12 minuto. Gupitin ang pizza sa 8 wedges at ihain nang mainit.

44.Brokuli Pizza

MGA INGREDIENTS:
- All-purpose na harina para sa pag-aalis ng alikabok ng balat ng pizza o nonstick spray para sa pag-grasa sa tray ng pizza
- 1 lutong bahay na masa
- 2 kutsarang unsalted butter
- 2 kutsarang all-purpose flour
- 1¼ tasang regular, gata ng niyog
- 6 ounces ng vegan cheese, ginutay-gutay
- 1 kutsarita ng Dijon mustard
- 1 kutsarita na may tangkay na dahon ng thyme o ½ kutsarita na tuyo na thyme
- ½ kutsarita ng asin
- Ilang gitling ng mainit na red pepper sauce
- 3 tasang sariwang broccoli florets, steamed o frozen broccoli florets, lasaw
- 2 ounces vegan cheese, pinong gadgad

MGA TAGUBILIN:
a) Alikabok ng harina ang balat ng pizza. Ilagay ang kuwarta sa gitna ng balat at gawing bilog ang kuwarta sa pamamagitan ng pag-dimpling nito gamit ang iyong mga daliri.
b) Kunin ang kuwarta at paikutin ito sa pamamagitan ng paghawak sa gilid nito, hilahin ito nang bahagya habang ginagawa mo ito hanggang sa ang crust ay maging bilog na mga 14 na pulgada ang lapad. Itakda itong may harina sa gilid pababa sa balat.
c) Grasa ang isa o ang isa ng nonstick spray. Ilagay ang kuwarta sa tray o baking sheet at i-dimple ang kuwarta gamit ang iyong mga daliri hanggang sa ito ay maging isang patag na bilog. Matunaw ang mantikilya sa isang kasirola na itinakda sa katamtamang init. Paghaluin ang harina hanggang makinis at ang nagresultang timpla ay nagiging napakagaan na blond, mga 1 minuto.
d) Bawasan ang init sa medium-low at haluin ang gata ng niyog, ibuhos ito sa isang mabagal, tuluy-tuloy na stream sa mantikilya at pinaghalong harina. Ipagpatuloy ang paghahalo sa apoy hanggang sa lumapot.
e) Alisin ang kawali mula sa apoy at haluin ang ginutay-gutay na vegan cheese, mustasa, thyme, asin, at mainit na sarsa ng pulang paminta. Palamig sa loob ng 10 hanggang 15 minuto, paminsan-minsang kumulo.

f) Kung gumagamit ka ng sariwang kuwarta, i-slide ang hugis ngunit hindi pa nangungusap na crust mula sa alisan ng balat patungo sa mainit na bato o ilagay ang crust sa tray o baking sheet nito alinman sa oven o sa ibabaw ng hindi pinainit na bahagi ng grill grate.
g) Maghurno o mag-ihaw na nakasara ang takip hanggang sa maging matingkad na kayumanggi ang crust, na nag-iingat na lumabas ang anumang mga bula ng hangin na lumabas sa ibabaw nito o sa gilid nito, sa loob ng humigit-kumulang 12 minuto.
h) I-slide ang balat pabalik sa ilalim ng crust upang alisin ito mula sa bato—o ilipat ang tray ng pizza na may crust sa isang wire rack.
i) Ikalat ang makapal na sarsa ng keso sa ibabaw ng crust, na nag-iiwan ng ½-pulgadang hangganan sa gilid. Itaas ang mga broccoli florets.

45.Chard Pizza

MGA INGREDIENTS:
- 1 lutong bahay na masa,
- 2 kutsarang unsalted butter
- 3 sibuyas ng bawang, tinadtad
- 4 na tasa na mahigpit na nakaimpake, ginutay-gutay, may tangkay ng Swiss chard leaves
- 6 ounces ng vegan cheese, ginutay-gutay
- ½ kutsarita gadgad na nutmeg
- ½ kutsarita red pepper flakes, opsyonal

MGA TAGUBILIN:
a) Alikabok ng harina ang balat ng pizza at ilagay ang kuwarta sa gitna nito. Buuin ang kuwarta sa isang bilog sa pamamagitan ng dimpling nito gamit ang iyong mga daliri.
b) Sariwang pizza dough sa isang pizza stone. Alisan ng alikabok ang balat ng pizza na may cornmeal pagkatapos ay ilagay ang kuwarta sa gitna nito. Buuin ito ng bilog sa pamamagitan ng dimpling gamit ang iyong mga daliri. Kunin ito at hubugin ito gamit ang iyong mga kamay, hawak ang gilid nito, at dahan-dahang iikot ang kuwarta hanggang sa humigit-kumulang 14 na pulgada ang lapad. Itakda itong may harina sa gilid pababa sa balat.
c) Grasa ang alinman sa isa ng non-stick spray. Ilagay ang kuwarta sa tray o baking sheet at i-dimple ang kuwarta gamit ang iyong mga daliri—pagkatapos ay hilahin at pindutin ito hanggang sa bumuo ng 14-pulgadang bilog sa tray o 12 × 7-pulgadang irregular na rektanggulo sa baking sheet.
d) Ilagay ito sa balat ng pizza kung gumagamit ng pizza stone—o ilagay ang inihurnong crust sa isang tray ng pizza.
e) Init ang mantikilya sa isang kawali sa katamtamang init. Idagdag ang bawang at lutuin ng 1 minuto.
f) Idagdag ang mga gulay at lutuin, madalas na ihagis gamit ang sipit o dalawang tinidor, hanggang malambot at malanta, mga 4 na minuto. Itabi.
g) Budburan ang ginutay-gutay na vegan cheese sa ibabaw ng kuwarta, na nag-iiwan ng ½-pulgadang hangganan sa paligid ng gilid.
h) Itaas ang pinaghalong gulay mula sa kawali pagkatapos ay iwiwisik ang keso sa pizza. Grate ang nutmeg sa ibabaw at iwiwisik ang red pepper flakes, kung ninanais.

i) I-slip ang pizza mula sa alisan ng balat papunta sa mainit na bato o ilagay ang pie sa tray nito o flour sheet alinman sa oven o sa hindi pinainit na seksyon ng grill. Maghurno o mag-ihaw na nakasara ang takip hanggang sa matunaw at bumubula ang keso at matigas ang crust sa pagpindot, 16 hanggang 18 minuto.
j) Ibalik ang balat sa ilalim ng pie upang alisin ito sa mainit na bato, pagkatapos ay itabi ito—o ilipat ang pie sa tray o baking sheet nito sa wire rack.
k) Palamigin ng 5 minuto bago hiwain.

46.Mga Peas At Carrots Pizza

MGA INGREDIENTS:
- 1 lutong bahay na masa
- 2 kutsarang unsalted butter
- 1½ kutsarang all-purpose na harina
- ½ tasang gata ng niyog
- ½ tasang mabigat, latigo, o magaan na cream 3 onsa
- 2 kutsaritang dahon ng thyme
- ½ kutsarita gadgad na nutmeg
- 1 tasa sariwang shelled peas o frozen peas, lasaw
- 1 tasang diced carrots
- 3 sibuyas ng bawang, tinadtad
- 1-onsa na vegan cheese, pinong gadgad

MGA TAGUBILIN:
a) Alikabok ang balat ng pizza na may harina itakda ang kuwarta sa gitna nito, at i-dimple ang kuwarta sa isang patag na bilog gamit ang iyong mga daliri. Kunin ito at hubugin ito sa pamamagitan ng paghawak sa gilid nito, paikutin ito nang dahan-dahan, at dahan-dahang iunat ang kuwarta hanggang ang bilog ay humigit-kumulang 14 pulgada ang lapad.
b) Ilagay ang masa na may floured side pababa sa balat.
c) Grasa ang alinman sa nonstick spray at itakda ang kuwarta sa gitna ng alinman. I-dimple ang kuwarta gamit ang iyong mga daliri hanggang sa ito ay isang pipit at pinipiga na bilog—pagkatapos ay hilahin at pindutin ito hanggang sa maging 14-inch na bilog sa tray o isang 12 × 7-inch na iregular na parihaba sa baking sheet.
d) Ilagay ito sa balat ng pizza na may harina kung gumagamit ng pizza stone—o ilagay ang inihurnong crust sa mismong tray ng pizza.
e) Matunaw ang mantikilya sa isang kawali na itinakda sa katamtamang init. Ihalo ang harina at ipagpatuloy ang paghahalo hanggang makinis at napakagaan ng beige.
f) Ihalo ang gata ng niyog sa isang mabagal, tuluy-tuloy na stream pagkatapos ay ihalo sa cream.
g) Haluin ang ginutay-gutay na keso, thyme, at nutmeg hanggang makinis. Palamig sa temperatura ng silid sa loob ng 10 minuto.

h) Samantala, i-slide ang untopped crust mula sa alisan ng balat sa pinainit na bato o ilagay ang crust sa tray nito alinman sa oven o sa ibabaw ng hindi pinainit na bahagi ng grill grate.
i) Maghurno o mag-ihaw na nakasara ang takip hanggang sa magsimulang matigas ang crust sa mga gilid nito at magsisimulang mag-brown sa loob ng mga 10 minuto.
j) I-slide ang balat pabalik sa ilalim ng bahagyang lutong crust at alisin ito sa oven o grill—o kung hindi, ilipat ang crust sa tray o baking sheet sa wire rack.
k) Ikalat ang makapal na sarsa na nakabatay sa gatas ng niyog sa ibabaw ng crust, na nag-iiwan ng ½-pulgadang hangganan sa gilid.
l) Itaas ang sarsa na may mga gisantes at karot, pagkatapos ay iwisik ang bawang nang pantay-pantay sa ibabaw ng pie. Panghuli, iwisik ang grated vegan cheese sa ibabaw ng mga toppings.

47.Patatas, Sibuyas, At Chutney Pizza

MGA INGREDIENTS:
- 1 lutong bahay na masa
- 12 ounces puting kumukulong patatas, binalatan
- 6 na kutsarang mango chutney
- chutney
- 6 ounces ng vegan cheese, gadgad
- 3 kutsarang tinadtad na dill fronds o 1 kutsarang tuyo na dill
- 1 matamis na sibuyas

MGA TAGUBILIN:
a) Bahagyang lagyan ng alikabok ng harina ang balat ng pizza. Idagdag ang kuwarta at gawing bilog sa pamamagitan ng dimpling nito gamit ang iyong mga daliri. Kunin ito, hawakan ang gilid nito, at dahan-dahang paikutin ito, iunat ito nang tuluyan, hanggang sa humigit-kumulang 14 na pulgada ang lapad. Ilagay ang masa na may floured side pababa sa balat.

b) Grasa ang tray o baking sheet ng nonstick spray. Ilagay ang kuwarta sa gitna ng alinman sa dimple ng kuwarta gamit ang iyong mga daliri hanggang sa ito ay maging makapal at patag na bilog— pagkatapos ay hilahin at pindutin ang kuwarta hanggang sa ito ay bumuo ng 14-pulgadang bilog sa tray o hindi regular na 12 × 7-pulgadang parihaba sa baking sheet.

c) Ilagay ito sa balat ng pizza kung gumagamit ng pizza stone—o ilagay ang inihurnong crust sa isang tray ng pizza. Habang ang pag-init ng oven o grill ay nagdadala ng humigit-kumulang 1-pulgada na tubig sa isang pigsa sa isang kasirola na nilagyan ng steamer ng gulay. Idagdag ang patatas, takpan, bawasan ang init sa katamtaman, at singaw hanggang malambot kapag tinusok ng tinidor, mga 10 minuto. Ilipat sa isang colander set sa lababo at palamig sa loob ng 5 minuto, pagkatapos ay hatiin sa napakanipis na bilog.

d) Ikalat ang chutney nang pantay-pantay sa inihandang crust, na nag-iiwan ng humigit-kumulang ½-pulgada na hangganan sa gilid. Itaas nang pantay-pantay sa grated vegan cheese. Ayusin ang mga hiwa ng patatas nang pantay-pantay at pandekorasyon sa ibabaw ng pie, pagkatapos ay iwiwisik ang mga ito ng dill. Hatiin ang sibuyas sa kalahati sa pamamagitan ng tangkay nito. Ilagay ito sa gilid ng gupit sa iyong cutting board at gumamit ng napakatalim na kutsilyo upang makagawa ng mga hiwa na manipis na papel. Paghiwalayin ang mga hiwa sa kanilang mga piraso at ilagay ang mga ito sa ibabaw ng pie.

e) I-slide ang pie mula sa alisan ng balat patungo sa napakainit na bato, mag-ingat na panatilihin ang mga toppings sa lugar, o ilagay ang pie sa tray o baking sheet nito alinman sa oven o sa seksyon ng grill's grate na hindi direkta sa pinagmumulan ng init. . Maghurno o mag-ihaw na nakasara ang takip hanggang sa bahagyang kayumanggi ang crust sa gilid nito, kahit na mas madilim na kayumanggi sa ilalim nito, 16 hanggang 18 minuto. Kung may mga bula ng hangin na bumangon sa gilid o sa gitna ng sariwang kuwarta, i-pop ang mga ito gamit ang isang tinidor upang makagawa ng pantay na crust.

f) Ibalik ang balat sa ilalim ng mainit na pie sa bato o ilipat ang pie sa tray o baking sheet nito sa wire rack. Itabi upang palamig ng 5 minuto bago hiwain at ihain.

48. Roasted Roots Pizza

MGA INGREDIENTS:
- All-purpose na harina para sa pag-aalis ng alikabok sa balat ng pizza o langis ng oliba para sa pagpapadulas ng tray ng pizza
- 1 lutong bahay na masa
- ½ ulo ng bawang
- ½ kamote, binalatan, hinati nang pahaba, at hiniwa ng manipis
- ½ bumbilya ng haras, hinati, pinutol, at hiniwa nang manipis
- ½ parsnips, binalatan, hinati nang pahaba, at hiniwa ng manipis
- 1 kutsarang langis ng oliba
- ½ kutsarita ng asin
- 4 ounces ng vegan cheese, ginutay-gutay
- 1-onsa na vegan cheese, pinong gadgad
- 1 kutsarang syrupy balsamic vinegar

MGA TAGUBILIN:
a) Bahagyang lagyan ng alikabok ng harina ang balat ng pizza. Idagdag ang kuwarta at gawing bilog sa pamamagitan ng dimpling nito gamit ang iyong mga daliri. Kunin ito, hawakan ito sa gilid nito gamit ang dalawang kamay, at dahan-dahang paikutin ito, iunat nang kaunti ang gilid sa bawat pagkakataon, hanggang sa ang bilog ay humigit-kumulang 14 na pulgada ang lapad. Ilagay ang floured side down sa alisan ng balat.
b) Grasa ang tray o baking sheet na may kaunting olive oil na idinampi sa paper towel. Ilagay ang kuwarta sa gitna ng alinman sa dimple ng kuwarta gamit ang iyong mga daliri—pagkatapos ay hilahin at pindutin ito hanggang sa bumuo ito ng 14-pulgadang bilog sa tray o hindi regular na parihaba, mga 12 × 7 pulgada, sa baking sheet.
c) Ilagay ito sa balat ng pizza na may harina kung gumagamit ng pizza stone—o ilagay ang inihurnong crust sa mismong tray ng pizza.
d) I-wrap ang hindi nabalatang mga clove ng bawang sa isang pakete ng aluminum foil at direktang maghurno o mag-ihaw sa init sa loob ng 40 minuto.
e) Samantala, ihagis ang kamote, haras, at parsnip sa isang mangkok na may langis ng oliba at asin. Ibuhos ang mga nilalaman ng mangkok sa isang baking sheet. Ilagay sa oven o sa ibabaw ng hindi pinainit na seksyon ng grill at inihaw, paikutin paminsan-minsan, hanggang malambot at matamis, 15 hanggang 20 minuto.

f) Ilipat ang bawang sa isang cutting board at buksan ang pakete, ingatan ang singaw. Gayundin, itabi ang baking sheet na may mga gulay sa wire rack.
g) Taasan ang temperatura ng oven o gas grill sa 450°F, o magdagdag ng ilan pang uling sa charcoal grill upang bahagyang tumaas ang init.
h) Ikalat ang ginutay-gutay na vegan cheese sa ibabaw ng inihandang crust, na nag-iiwan ng ½-pulgadang hangganan sa gilid. Itaas ang keso kasama ang lahat ng gulay na pinipiga ang pulpy, malambot na bawang mula sa mga papery hulls nito at papunta sa pie. Itaas ang grated vegan cheese.
i) I-slide ang pizza mula sa balat patungo sa mainit na bato o ilagay ang pizza sa tray o baking sheet nito alinman sa oven o sa ibabaw ng hindi pinainit na seksyon ng grill.
j) Maghurno o mag-ihaw na nakasara ang takip hanggang sa ang crust ay maging ginintuang kayumanggi at kahit na medyo madilim sa ilalim nito hanggang sa ang keso ay matunaw at magsimulang maging kayumanggi, 16 hanggang minuto.
k) I-slide ang balat pabalik sa ilalim ng crust upang alisin ito sa mainit na bato o ilipat ang pizza sa tray o baking sheet nito sa wire rack. Itabi ng 5 minuto.
l) Kapag lumamig ng kaunti, ibuhos ang pie ng balsamic vinegar, pagkatapos ay hiwain ito sa mga wedge para ihain.

49. Arugula Salad Pizza

MGA INGREDIENTS:
- Isang whole-grain na pizza dough
- cornmeal
- ⅓ tasa ng sarsa ng marinara
- 1½ kutsarita ng tuyo na oregano
- 1 tasang ginutay-gutay na vegan cheese
- 2 tasang pinaghalong sariwang arugula at baby spinach
- 1½ tasa sariwang dilaw na cherry tomatoes na hinati
- ½ pulang kampanilya paminta, diced
- 1 hinog na abukado, hiniwa ¼ tasa ng inihaw na pistachio
- 1 kutsarang balsamic vinegar

MGA TAGUBILIN:
a) Painitin muna ang oven sa 350°F.
b) I-roll out ang pizza dough para magkasya sa isang 14-inch pizza pan o pizza stone.
c) Budburan ang kawali o bato ng cornmeal at ilagay ang kuwarta sa ibabaw.
d) Ikalat ang marinara sauce sa kuwarta at iwiwisik ang oregano at vegan cheese sa ibabaw nito.
e) Ilagay ang kawali o bato sa oven at maghurno sa loob ng 30 hanggang 35 minuto, hanggang ang crust ay maging ginintuang at matatag sa pagpindot.
f) Sa huling minuto bago ihain, alisin ang crust mula sa oven at itaas ang arugula at baby spinach, mga kamatis, bell pepper, avocado, at pistachios.
g) Ang mga gulay ay mabilis na malalanta. Budburan ng suka at langis ng oliba. Ihain kaagad.

50. Caramelized Onion Pizza

MGA INGREDIENTS:
- ¼ tasa ng langis ng oliba para sa pagprito ng mga sibuyas
- 6 tasa ng manipis na hiniwang sibuyas
- 6 na sibuyas ng bawang
- 3 kutsarang sariwang thyme
- 1 dahon ng bay
- asin at paminta
- 2 kutsarang mantika para sa dribbling sa ibabaw ng pizza
- 1 kutsarang pinatuyo na capers
- 1½ kutsarang pine nuts

MGA TAGUBILIN:

a) Init ang ¼ tasa ng langis ng oliba at idagdag ang mga sibuyas, bawang, thyme, at bay leaf.

b) Lutuin, hinahalo paminsan-minsan, hanggang ang karamihan sa kahalumigmigan ay sumingaw at ang pinaghalong sibuyas ay napakalambot, halos makinis, at nag-caramelize ng mga 45 minuto.

c) Itapon ang bay leaf at timplahan ng asin at paminta.

d) Takpan ang kuwarta gamit ang pinaghalong sibuyas, budburan ng mga caper at pine nuts, at ibuhos ang natitirang langis ng oliba kung ginagamit mo ito.

e) Maghurno sa isang preheated 500-degree oven para sa 10 minuto o hanggang sa ginintuang kayumanggi. Ang oras ng pagbe-bake ay mag-iiba depende sa kung maghurno ka sa isang bato, screen, o sa isang kawali.

51. Griddle S pinach Pizza

MGA INGREDIENTS:
- ¼ tasa ng sarsa ng marinara
- ¼ tasa tinadtad na sariwang spinach
- ¼ tasa ng ginutay-gutay na vegan cheese
- ¼ tasa quartered cherry tomatoes
- ⅛ kutsarita ng oregano

MGA TAGUBILIN:
a) Paghaluin ang harina, tubig, mantika, at asin hanggang sa makinis.
b) Ibuhos ang batter sa isang mainit na kawaling may ambon na may cooking spray.
c) Painitin ang bawat panig sa loob ng 4-5 minuto hanggang sa magsimulang maging kayumanggi ang crust.
d) I-flip muli ang crust at lagyan ng marinara sauce, spinach, cheese, tomato, at oregano.
e) Painitin ng 3 minuto o hanggang matunaw ang keso.

52.Isang rugula At Lemon Pizza

MGA INGREDIENTS:
- 1 Pizza Dough
- 2 tasang tomato puree
- 1 sibuyas na bawang, dinurog
- 1 kutsarita ng tuyo na oregano
- 1 kutsarita tomato paste
- ½ kutsarita ng asin
- Ground black pepper
- ¼ kutsarita ng red pepper flakes
- 2 tasang ginutay-gutay na Vegan cheese
- ½ tasang gadgad na vegan cheese
- Opsyonal pero maganda
- ½ bungkos ng arugula, nilinis at pinatuyo
- ½ limon
- Isang ambon ng langis ng oliba

MGA TAGUBILIN:
a) Ibuhos ang tomato puree sa isang kawali at init sa katamtamang apoy. Idagdag ang bawang, oregano, at tomato paste. Haluin upang matiyak na ang paste ay nasipsip sa katas.
b) Pakuluan, pagkatapos ay ibaba ang apoy at haluin para matiyak na hindi dumidikit ang sarsa. Ang sarsa ay maaaring maging handa sa loob ng 15 minuto o maaaring kumulo nang mas matagal, hanggang ½ oras. Magbabawas ito ng humigit-kumulang isang-kapat, na nagbibigay sa iyo ng hindi bababa sa ¾ tasa ng purée bawat pizza.
c) Tikman ng asin at timplahan nang naaayon, at idagdag ang black pepper at/o red pepper flakes. Alisin ang sibuyas ng bawang.
d) Ilagay ang sarsa sa gitna ng bilog ng kuwarta, at gamit ang isang goma na spatula, ikalat hanggang sa ganap na matakpan ang ibabaw.
e) Ilagay ang vegan cheese sa ibabaw ng sauce. Tandaan, ang keso ay kumakalat habang ito ay natutunaw sa oven, kaya huwag mag-alala kung tila ang iyong pizza ay hindi sapat na natatakpan ng keso.
f) Ilagay sa isang preheated 500°F oven at maghurno ayon sa direksyon para sa pizza dough.
g) Kapag tapos na ang pizza, palamutihan ito ng vegan cheese at arugula.
h) I-squeeze ang lemon sa buong gulay at/o lagyan ng olive oil kung gusto mo.

53.Hardin Fresh Pizza

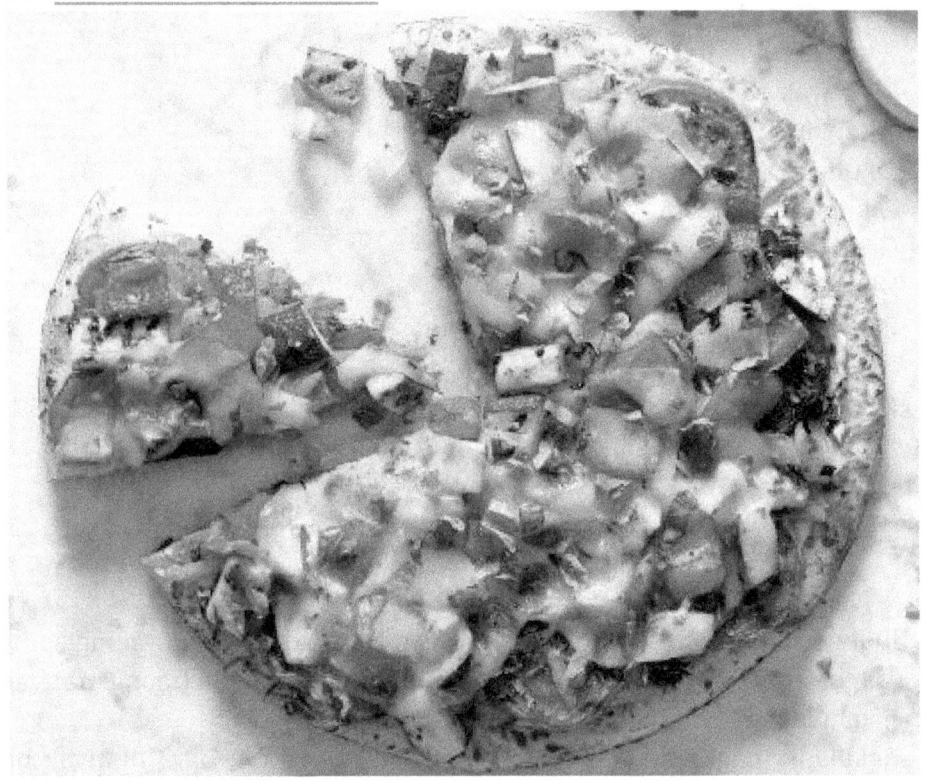

MGA INGREDIENTS:
- Dalawang pinalamig na crescent roll
- Dalawang pakete ng cashew cream cheese, pinalambot
- ⅓ tasa ng mayonesa
- 1.4-onsa na pakete ng dry vegetable soup mix
- 1 tasang labanos, hiniwa
- ⅓ tasa tinadtad na berdeng paminta
- ⅓ tasa tinadtad na pulang kampanilya paminta
- ⅓ tasa tinadtad na dilaw na paminta
- 1 tasa ng broccoli florets
- 1 tasang cauliflower florets
- ½ tasang tinadtad na karot
- ½ tasang tinadtad na kintsay

MGA TAGUBILIN:
a) Itakda ang iyong oven sa 400 degrees F bago gumawa ng anumang bagay.
b) Sa ilalim ng isang 11x14-inch na jellyroll pan, ikalat ang crescent roll dough.
c) Gamit ang iyong mga daliri, kurutin ang anumang tahi upang makagawa ng crust.
d) Lutuin ang lahat sa oven para sa mga 10 minuto.
e) Alisin ang lahat mula sa oven at itabi ito upang ganap na lumamig.
f) Sa isang mangkok, paghaluin ang mayonesa, cashew cream cheese, at vegetable soup mix.
g) Ilagay ang pinaghalong mayonesa sa ibabaw ng crust nang pantay-pantay at itaas ang lahat ng mga gulay nang pantay-pantay at dahan-dahang idiin ang mga ito sa pinaghalong mayonesa.
h) Gamit ang plastic wrap, takpan ang pizza at palamigin ito magdamag.

54.Roma Fontina Pizza

MGA INGREDIENTS:
- ¼ tasa ng langis ng oliba
- 1 kutsarang tinadtad na bawang
- ½ kutsarita ng asin sa dagat
- 8 Roma tomatoes, hiniwa
- Dalawang 12-inch na pre-baked na pizza crust
- 12 ounces ginutay-gutay na Vegan cheese
- 10 sariwang dahon ng basil, ginutay-gutay

MGA TAGUBILIN:
a) Itakda ang iyong oven sa 400 degrees F bago gumawa ng anumang bagay.
b) Sa isang mangkok, paghaluin ang mga kamatis, bawang, mantika, at asin at itabi ito ng mga 15 minuto.
c) Pahiran ang bawat pizza crust ng ilang mga marinade ng kamatis.
d) Itaas ang lahat ng may vegan cheese, sinusundan ng mga kamatis, at basil.

55. Spinach Artichoke Pizza

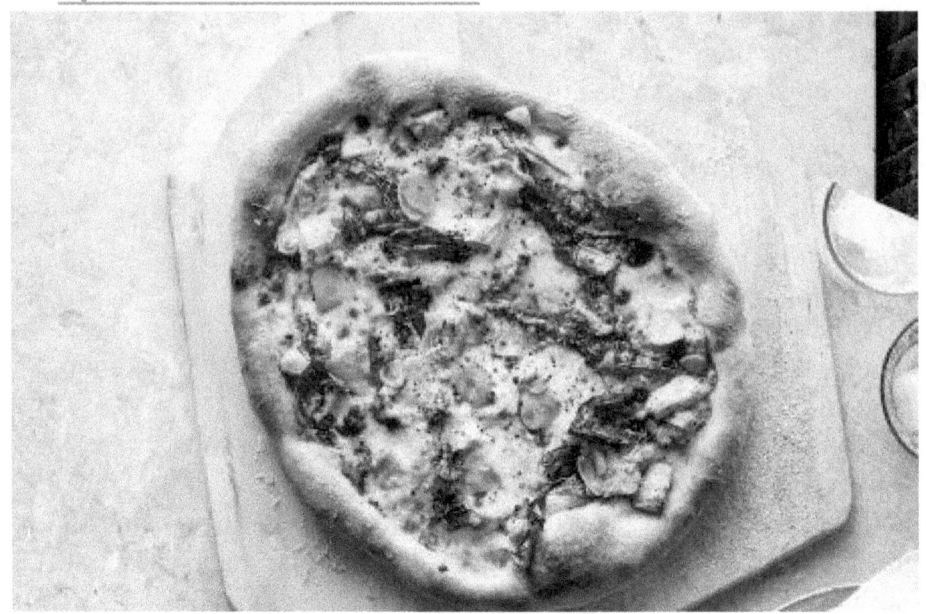

MGA INGREDIENTS:
- 1 lata white beans
- ¼ tasa ng tubig
- 2 kutsarang nutritional yeast
- ½ tasang kasoy
- 1 kutsarang sariwang lemon juice
- 1 sibuyas, tinadtad
- 5 tasang sariwang spinach
- 2 cloves ng bawang, tinadtad
- 1 lata ng artichoke hearts, pinatuyo
- asin
- itim na paminta
- pulang paminta flakes
- 2 pre-made pizza dough
- ½ tasang vegan mozzarella cheese

MGA TAGUBILIN:
a) Painitin muna ang oven sa 350 °F.
b) Banlawan at alisan ng tubig ang mga de-latang white beans at ilagay ang mga ito sa isang blender kasama ang cashews, lemon juice, tubig, at nutritional yeast. Kung gusto mong gawing mas madali ang iyong blender, maaari mong ibabad ang mga ito sa tubig sa loob ng 4-6 na oras bago gamitin ang mga ito. Isantabi.
c) Mag-init ng kaunting mantika sa isang malaking kawali at igisa ang sibuyas ng mga 3 minuto hanggang sa maging translucent. Pagkatapos ng 2 minuto, idagdag ang bawang. Pagkatapos ay magdagdag ng 2 tasa ng spinach at lutuin ng 3 minuto pa. Haluin ang pinaghalong white bean at cashew mixture. Timplahan ng asin, paminta, at red pepper flakes.
d) Pantay na kumalat sa pizza dough. Gupitin ang mga puso ng artichoke sa quarters at ilagay ang mga ito sa pizza kasama ang natitirang spinach. Budburan ng vegan cheese.
e) Maghurno ng pizza sa loob ng 8 minuto o tingnan ang mga tagubilin sa pakete.

56. Vegan Caprese Pizza

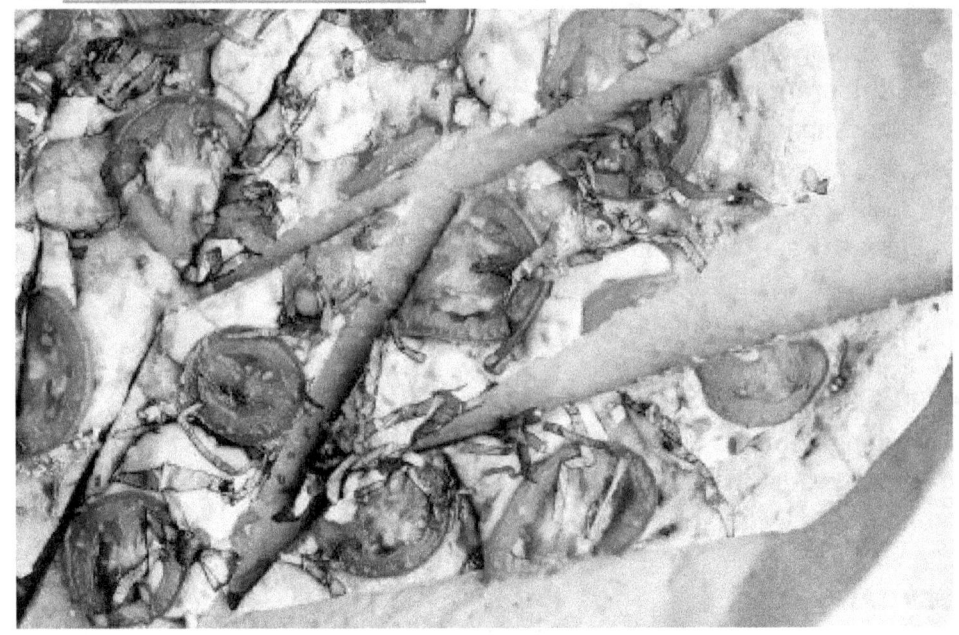

MGA INGREDIENTS:
- 1 pound multigrain pizza dough
- ⅔ tasa ng sinala na tubig
- ½ tasang hilaw na kasoy
- 1 kutsarang nutritional yeast
- 1 kutsarang arrowroot powder
- 1 kutsarang apple cider vinegar
- ½ kutsarita ng sea salt, at higit pa para sa pampalasa
- 2 kutsarang langis ng oliba
- 2 hanggang 3 cloves ng bawang, tinadtad
- 2 hanggang 3 hinog na kamatis ng Roma, hiniwa nang manipis
- Balsamic Reduction
- Isang dakot ng sariwang dahon ng basil, hiniwa nang napakanipis
- Durog na pulang paminta flakes

MGA TAGUBILIN:

a) Painitin ang hurno sa 400F. Ihanay ang isang bilog, naka-vent na pizza pan na may parchment paper.

b) Dahan-dahang lagyan ng harina ang malinis na ibabaw ng trabaho, at igulong ang pizza dough sa 15-pulgadang bilog. Ilipat sa may linyang pizza pan at maghurno sa loob ng 7 minuto, o hanggang ang ibaba ay nagsisimula pa lang magtakda.

c) Habang nagluluto ang pizza, ihanda ang cashew mozzarella sa pamamagitan ng pagdaragdag ng na-filter na tubig, cashews, nutritional yeast, arrowroot powder, apple cider vinegar, at sea salt sa isang high-speed blender. Haluin nang mataas sa loob ng 2 minuto, o hanggang sa ganap na makinis. Ibuhos ang timpla sa isang kasirola. I-on ang init sa daluyan at patuloy na whisk sa loob ng 3 hanggang 5 minuto, o hanggang sa magsimula na itong lumapot. Huwag mag-overheat. Itabi upang bahagyang lumamig.

d) I-brush ang tuktok ng par-baked pizza dough na may langis ng oliba at iwiwisik ang bawang. Gumamit ng isang kutsara upang ihulog ang isang kutsara ng cashew mozzarella sa ibabaw ng pizza. Itaas na may hiniwang mga kamatis.

e) Ibalik ang pizza sa oven at maghurno para sa isa pang 8 hanggang 14 minuto, o hanggang sa maabot ang ninanais na doneness.

f) Alisin mula sa oven at hayaang lumamig nang bahagya.

g) Sagana sa pagbuhos ng Balsamic Reduction at budburan ng sariwang basil. Kung gusto, timplahan ng sea salt at durog na red pepper flakes.

h) Ihain kaagad.

57.Bbq Pizza na may Crispy Cauliflower

MGA INGREDIENTS:
- 1 lutong bahay na masa

PARA SA BBQ CAULIFLOWER:
- ½ ulo ng cauliflower
- 1 tasang BBQ-sauce
- 1 kutsarita pinausukang paprika powder
- 1 kutsarita ng bawang pulbos
- ½ kutsarita ng likidong usok

PARA SA VEGAN GARLIC SAUCE:
- 1 tasang unsweetened coconut yogurt
- 2 cloves ng bawang, tinadtad
- asin, sa panlasa
- itim na paminta, sa panlasa

MGA TAGUBILIN:

a) Una, gawin ang kuwarta. Pagsamahin ang mga tuyong sangkap sa isang mangkok at haluing mabuti. Dahan-dahang idagdag ang langis ng oliba at ang maligamgam na tubig. Masahin ang kuwarta gamit ang iyong mga kamay. Magdagdag ng higit pang tubig kung kinakailangan. Bumuo ng bola at ilagay ito sa isang mangkok na tinatakpan mo ng tela o kitchen towel. Ang pinakamagandang bagay tungkol sa kuwarta na ito ay hindi ito kailangang tumaas nang masyadong mahaba. 45 minuto ay sapat na. Marahil ay makakaalis ka sa loob ng 30 minuto kung hahayaan mong tumaas ang masa sa isang mainit na lugar.

b) Samantala, gawin ang BBQ cauliflower. Gupitin ang cauliflower sa kagat-laki ng mga florets. Pagsamahin ang sarsa ng BBQ sa mga pampalasa. Gumamit ng kalahati ng sarsa upang isawsaw ang mga florets, para tuluyang mabalutan ang mga ito. Ilagay ang mga ito sa isang baking sheet na nilagyan ng parchment paper at maghurno ng 10 minuto sa 350 °F.

c) Ihanda ang iyong masa. Ilabas ang kuwarta sa ibabaw ng trabahong may bahagyang floured at marahan na masahin upang bumuo ng dalawang pizza.

d) Pahiran ang baked BBQ cauliflower ng natitirang sauce at ilagay ito sa pizza. Maghurno ng 12-15 minuto o hanggang sa bahagyang kayumanggi at malutong. Budburan ng tinadtad na perehil at berdeng sibuyas.

e) At huwag kalimutan ang vegan garlic sauce! Pagsamahin lamang ang mga sangkap sa isang maliit na mangkok at ibuhos sa pizza.

58. Inihaw na Veggie Pizza

MGA INGREDIENTS:
- 2 Yeast-Free Pizza Crust
- 2 ½ tasang all-purpose na harina
- 1 kutsarang baking powder
- ½ kutsarita ng asin
- 1 kutsarita ng langis ng oliba
- ⅔ tasa ng maligamgam na tubig
- ½ tasang Pizza Sauce

MGA TOPPING
- 1 kutsarita ng langis ng oliba + higit pa para sa pagsisipilyo ng crust
- ½ zucchini, hiniwa
- 1 pulang kampanilya paminta, gupitin sa mga piraso
- 5 tasa ng mushroom, hiniwa
- 1 pulang sibuyas, hiniwa
- ¾ cup vegan cheese shreds, maaari ka ring gumamit ng homemade cheese sauce
- 1 kurot na asin

MGA TAGUBILIN:
a) Para sa pizza dough: Pagsamahin ang all-purpose flour, baking powder, at asin sa isang malaking mangkok.
b) Idagdag ang langis ng oliba at tubig at masahin hanggang sa mabuo ang isang makinis na masa.
c) Para sa sarsa ng pizza: Pagsamahin ang tomato purée, asin, tuyo na oregano, at tuyo na basil.
d) Sa isang malaking kawali, init ang langis ng oliba at idagdag ang zucchini, pulang kampanilya, mushroom, at pulang sibuyas.
e) Timplahan ng kaunting asin at hayaang maluto sa katamtamang init hanggang sa lumambot ang mga gulay.
f) Painitin muna ang oven sa 480°F/250°C.
g) Hatiin ang pizza dough sa dalawang pantay na bahagi at igulong ang bawat isa sa lightly floured parchment paper.
h) Ikalat ang tomato sauce sa ibabaw. Takpan ng vegan cheese shreds at veggies.
i) I-brush ang crust na may langis ng oliba.
j) Ihurno ang mga pizza sa oven para sa mga 15 minuto hanggang malutong. Enjoy!

59.Ar tichoke at Olive Pizza

MGA INGREDIENTS:
- 12-inch na pre-baked na pizza crust
- ½ tasang pesto
- 1 hinog na kamatis, tinadtad
- ½ tasang green bell pepper, tinadtad
- 2-onsa na lata ng tinadtad na itim na olibo, pinatuyo
- ½ pulang sibuyas, tinadtad
- 4-ounce na lata ng artichoke hearts, pinatuyo at hiniwa
- 1 tasang durog na vegan cheese

MGA TAGUBILIN:
a) Itakda ang iyong oven sa 450 degrees F bago gumawa ng anupaman.
b) Ilagay ang kuwarta sa isang pizza pan.
c) Maglagay ng manipis na layer ng pesto sa ibabaw ng crust nang pantay-pantay at itaas ang mga gulay at vegan cheese.
d) Budburan ang pizza na may keso at lutuin ang lahat sa oven para sa mga 8-10 minuto.

60. Vegan Zucchini Pepperoni Pizza

MGA INGREDIENTS:
- 1 pangunahing masa
- 2 kutsarang tomato paste
- 2 zucchini
- maanghang na sawsawan
- 2 kutsarang tamari
- 2 kutsarang balsamic vinegar
- vegan na keso

MGA TAGUBILIN:
ZUCCHINI "PEPPERONI":
a) Hugasan at hiwain ng manipis ang zucchini.
b) Sa isang baking dish, paghaluin ang mainit na sarsa na may tamari at balsamic vinegar.
c) Idagdag ang zucchini at ihalo, upang sila ay sakop ng mabuti.
d) Takpan at i-marinate magdamag sa refrigerator.

PIZZA:
e) Painitin muna ang oven sa 390°F.
f) Ikalat ang tomato paste sa ibabaw ng crust. Idagdag ang inatsara na spicy zucchini slices.
g) Ibabaw ng vegan cheese.
h) Maghurno sa oven sa loob ng 12-15 minuto.

61. Red Lentil Pizza Crust

MGA INGREDIENTS:
- ¾ tasa tuyo SPLIT pulang lentil na hindi luto
- ¾ tasa ng tubig
- 1.5 kutsarita ng bawang pulbos
- ½ kutsarita ng tuyo na basil
- ½ kutsarita ng pinatuyong oregano
- ¾ kutsarita ng asin sa dagat
- Vegan toppings

MGA TAGUBILIN:
a) Iguhit ang isang 12" bilog na tray ng pizza na may parchment paper at painitin muna ang iyong oven sa 450 degrees F convection bake.
b) Idagdag ang lahat ng mga sangkap sa isang high-speed blender at iproseso sa mataas para sa mga 30-60 segundo, o hanggang sa ganap na purong.
c) Ibuhos ang timpla sa iyong inihandang pizza tray at ikalat ito nang manipis at pantay hangga't maaari, gamit ang isang silicone spatula.
d) Maghurno ng 12 minuto. Pagkatapos ay maingat na i-flip ang kuwarta, gamit ang parchment upang makatulong na i-flip ito. Pagkatapos ay alisan ng balat ang parchment paper at ibalik ang crust sa oven para sa 5 higit pang minuto hanggang sa ginintuang.
e) Itaas ang iyong pizza ayon sa gusto mo at maghurno ng 3-5 minuto upang mapainit ang iyong mga toppings. Pagkatapos ay alisin sa oven at hayaang magpahinga ng 1-2 minuto bago hiwain.

62. Spicy Pinto Bean Pizza

MGA INGREDIENTS:
- 1 masa ng pizza
- 1 kutsarang langis ng oliba
- 1 kutsarita ng sili na pulbos
- 1½ tasa ng nilutong pinto beans, pinatuyo
- 1 tasang kamatis na salsa
- 2 kutsarang mainit o banayad na de-latang tinadtad na berdeng sili
- 2 kutsarang hiniwang pitted Kalamata olives
- 2 kutsarang tinadtad na sariwang cilantro

MGA TAGUBILIN:
a) Bahagyang patagin ang tumaas na kuwarta, takpan ito ng plastic wrap o malinis na dish towel, at itabi upang makapagpahinga ng 10 minuto.
b) Ilagay ang oven rack sa pinakamababang antas ng oven. Painitin muna ang oven sa 450°F. Banayad na langis ng pizza pan o baking sheet. Ilagay ang nakakarelaks na kuwarta sa isang bahagyang nilagyan ng harina na ibabaw at patagin gamit ang iyong mga kamay, paikutin at patubuin nang madalas, gawin itong 12-pulgadang bilog. Mag-ingat na huwag mag-overwork ang gitna o ang gitna ng crust ay magiging masyadong manipis. Ilipat ang kuwarta sa inihandang pizza pan o baking sheet.
c) Sa isang kawali, init ang mantika sa katamtamang apoy. Haluin ang chili powder, pagkatapos ay idagdag ang beans, pagpapakilos upang pagsamahin at painitin ang beans, mga 5 minuto.
d) Alisin mula sa apoy at i-mash ang beans ng mabuti, pagdaragdag ng isang halaga ng salsa, kung kinakailangan, upang mabasa ang beans.
e) Ikalat ang pinaghalong bean nang pantay-pantay sa inihandang pizza dough sa halos ½ pulgada mula sa gilid ng kuwarta. Ikalat ang salsa nang pantay-pantay sa pinaghalong bean at iwiwisik ang mga sili at olibo.
f) Maghurno hanggang sa maging golden brown ang crust, mga 12 minuto. Pagkatapos alisin ang pizza mula sa oven, iwisik ang cilantro, gupitin sa 8 wedges, at ihain nang mainit.

63. Bean Nacho Pizza

MGA INGREDIENTS:
- 1 lutong bahay na masa
- 1¼ tasa ng de-latang refried beans
- 6 ounces ng vegan cheese, ginutay-gutay
- 3 plum na kamatis, tinadtad
- ½ kutsarita ng giniling na kumin
- 1 kutsaritang tinadtad na dahon ng oregano
- ½ kutsarita ng asin
- ½ kutsarita sariwang giniling na itim na paminta
- 1/3 tasa ng salsa
- Jarred pickled jalapeño slices, sa panlasa

MGA TAGUBILIN:

a) Alisan ng alikabok ang balat ng pizza na may cornmeal, ilagay ang kuwarta sa gitna nito at gawing bilog ang kuwarta sa pamamagitan ng dimpling nito gamit ang iyong mga daliri.

b) Kunin ito at hubugin ito gamit ang iyong mga kamay sa gilid nito, dahan-dahang iikot ang kuwarta hanggang sa humigit-kumulang 14 na pulgada ang lapad. Ilagay ang cornmeal side down sa balat.

c) Grasa ang tray o baking sheet ng nonstick spray. Ilagay ang kuwarta sa gitna at i-dimple ang kuwarta gamit ang iyong mga daliri hanggang sa ito ay maging malaki at patag na bilog—pagkatapos ay hilahin at pindutin ito hanggang sa ito ay bumuo ng 14 na pulgadang bilog sa tray o isang hindi regular na parihaba, mga 12 × 7 pulgada, sa baking sheet.

d) Ilagay ito sa balat ng pizza kung gumagamit ng pizza stone—o ilagay ang inihurnong crust sa isang tray ng pizza. Gumamit ng rubber spatula upang ikalat ang refried beans sa ibabaw ng crust, pantay-pantay na pinahiran ito ngunit nag-iiwan ng ½-pulgadang hangganan sa gilid. Itaas ang beans na may ginutay-gutay na vegan cheese.

e) Haluin ang tinadtad na kamatis, kumin, oregano, asin, at paminta sa isang mangkok, pagkatapos ay ikalat nang pantay-pantay sa ibabaw ng keso. Dot ang salsa sa kutsara sa ibabaw ng crust. I-slip ang pizza mula sa alisan ng balat papunta sa pinainit na bato o ilagay ang pie sa tray o baking sheet nito sa oven o sa grill grate sa hindi direktang init. Maghurno o mag-ihaw na nakasara ang takip hanggang sa bumubula ang keso at mainit ang beans,

f) Ibalik ang balat sa ilalim ng crust at itabi o ilipat ang pie sa tray o baking sheet sa wire rack. Palamig ng 5 minuto.

g) Itaas ang mga hiwa ng pie jalapeño bago hiwain at ihain.

64.Mango Pizza na may Black Beans

MGA INGREDIENTS:
- 1 inihandang pizza crust
- ¾ tasa daluyan o mainit na salsa
- ¾ tasa ginutay-gutay na Mexican Vegan cheese
- ½ tasa ng manipis na hiniwang zucchini
- ½ tasang hiniwang mangga
- ¼ tasa ng niluto o de-latang black beans na binanlawan
- 1 berdeng sibuyas na hiniwa
- ¼ tasang dahon ng cilantro

MGA TAGUBILIN:
a) Painitin muna ang hurno sa temperaturang nakasaad sa pakete ng pizza crust.
b) Ilagay ang crust sa isang baking sheet at ikalat ang salsa dito, mag-iwan ng 1-pulgadang hangganan sa lahat ng panig.
c) Itaas na may keso, zucchini, mangga, at beans.
d) Maghurno ayon sa mga tagubilin sa crust I.
e) Ibabaw ng berdeng sibuyas at cilantro bago ihain.

65.Bbq Corn Jalapeno Sweet Potato Pizza

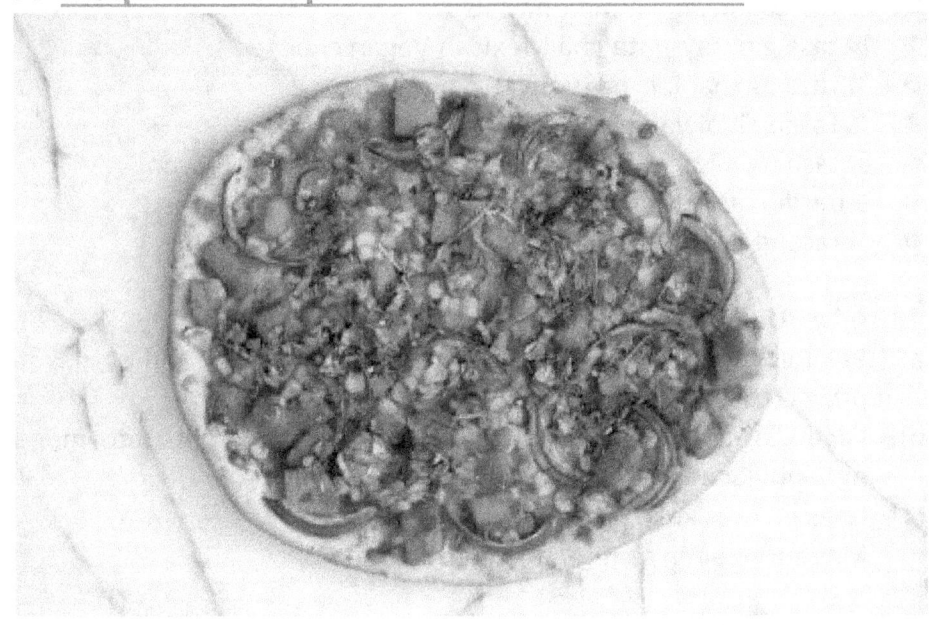

MGA INGREDIENTS:
- 1 Pizza Crust
- 1 maliit na kamote na hiniwa
- ⅓ tasang butil ng mais, lasaw kung nagyelo
- ½ sibuyas, hiwa ng makapal
- paminta o iba pang mga gulay
- 1 hiniwang jalapeno
- ⅓ tasa ng soy-free BBQ sauce
- 3 kutsarita ng BBQ Seasoning

MGA TAGUBILIN:
a) Pakuluan ang kamote at mais sa isang kasirola sa katamtamang init. Magdagdag lamang ng tubig upang masakop ang mga gulay. Pakuluan ng 5 minuto sa sandaling kumulo. Patuyuin at palamig ng isang minuto pagkatapos ay ilipat sa isang mangkok.
b) Ihagis ang mga sibuyas, paminta/mga gulay, 2 kutsarang BBQ sauce, at isang magandang dash ng black pepper.
c) Hugis ang pizza dough sa isang malaking thin-crust pizza.
d) Magpahid ng olive oil sa pizza dough. Ikalat ang pinaghalong kamote sa pizza. Magdagdag ng jalapeno. Budburan ng pampalasa ng BBQ sa buong gulay. Ibuhos ang ilan o lahat ng sarsa ng BBQ.
e) Maghurno sa 425 degrees sa loob ng 16 hanggang 18 minuto. Palamig ng isang minuto. Palamutihan ng cilantro, mas BBQ seasoning, at mas BBQ sauce kung gusto mo. Hiwain at ihain.

66.Creamed Corn Pizza

MGA INGREDIENTS:
- ½ batch ng homemade pizza dough
- ½ maliit na sibuyas, tinadtad
- 8 hanggang 10 ubas o cherry tomatoes, hinati
- ½ tasang vegan chorizo ay gumuho
- 6 o 7 sariwang dahon ng basil
- itim na paminta
- red pepper flakes, opsyonal

PARA SA CREAMED CORN SAUCE
- 1 ¾ tasa butil ng mais, hinati, lasaw
- ½ tasang full-fat na de-latang gata ng niyog
- 1 sibuyas na bawang
- 2 kutsarang vegan butter, pinalambot, opsyonal
- 2 kutsarang tapioca starch
- 1 kutsarang nutritional yeast
- 1 kutsarita ng organic cane sugar
- ¾ kutsarita ng pinong sea salt

MGA TAGUBILIN:
a) Para sa pinakamahusay na crust, inirerekomenda ko ang paggamit ng pizza stone. Kung hindi, ang isang karaniwang pizza pan o baking sheet ay mainam; maaaring tumaas ang oras ng pagluluto. Kung gumagamit ng bato, ilagay ito sa oven, at painitin sa 500 degrees F.
b) Bago ihanda ang creamed corn sauce, siguraduhing nasa room temperature ang lahat ng sangkap. Sa mangkok ng isang food processor pagsamahin ang 1 tasa ng mais at ang natitirang mga sangkap ng sarsa. Iproseso hanggang pinagsama. Magdagdag ng ¼ tasa ng mais, at pulso nang maraming beses upang manatiling may ilang texture. Tikman at magdagdag ng isa pang pakurot ng asin o asukal, kung ninanais. Itabi.
c) Sa ibabaw ng bahagyang floured, iunat ang kuwarta sa isang 12-pulgada na lapad. Kung gumagamit ng balat ng pizza, maghanda gaya ng karaniwan mong ginagawa. Kung hindi, alisin ang mainit na bato mula sa oven. Maingat na ilipat ang kuwarta sa bato.

d) Ikalat ang halos kalahati ng creamed corn sauce sa kuwarta. Magdagdag ng sibuyas, kamatis, chorizo, at ang natitirang ½ tasa ng mais. Kung gumagamit ng pizza crust na binili sa tindahan, maghurno ayon sa mga direksyon ng pakete. Kung gumagamit ng homemade dough, maghurno ng 15 hanggang 17 minuto, o hanggang sa malutong at ginintuang.
e) Hayaang lumamig ang pizza ng ilang minuto. Magdagdag ng black pepper, durog na red pepper flakes, kung gagamit, at sariwang basil. Hiwain at ihain.

MGA BURRITO

67.Aprikot Burritos

MGA INGREDIENTS:
- 8 oz na pinatuyong mga aprikot -- hiwa sa : piraso
- 1 c tubig
- ¼ c granulated sugar
- ¼ c brown sugar -- nakaimpake
- ¼ tsp kanela
- ¼ tsp nutmeg
- 20 6 pulgadang tortillas

MGA TAGUBILIN:
a) Pakuluan ang unang 6 na sangkap. Pakuluan nang walang takip ng 10 minuto o hanggang malambot ang prutas at lumapot ang timpla.
b) Maglagay ng 1 kutsara ng timpla sa isang gilid ng tortilla. I-rolyo.
c) Magprito sa mainit na mantika hanggang sa ginintuang kayumanggi, lumiko ng isang beses. Alisan ng tubig.
d) Ihain mainit o malamig.

68. Baby Bean Burritos

MGA INGREDIENTS:
- 12 (6-pulgada) na harina na tortilla
- 1 katamtamang sibuyas; tinadtad
- 1 kutsarang langis ng gulay
- 2 sibuyas ng bawang; tinadtad
- 1 sariwang jalapeno peppers
- 1 lata ng Mexican refried beans
- 1 tasang Vegan Monterey Jack cheese
- ½ kutsarita Ground cumin
- Sour cream at salsa

MGA TAGUBILIN:
a) Painitin ang hurno sa 325 degrees. Isalansan ang mga tortilla at gupitin sa kalahati. I-wrap ang salansan ng tortilla sa foil at init hanggang sa uminit, 10 hanggang 15 minuto.
b) Samantala, sa isang malaking kawali, lutuin ang sibuyas sa mantika sa katamtamang init hanggang lumambot ngunit hindi kayumanggi, 2 hanggang 3 minuto. Magdagdag ng bawang at jalapeno peppers at lutuin hanggang sa mabango lang ang bawang, mga 30 segundo. 3. Ikalat ang humigit-kumulang 1-½ kutsarang bean mixture sa bawat kalahati ng tortilla at i-roll up ang jelly-roll fashion.
c) Ayusin sa isang serving plate at budburan ng cilantro. Ihain nang mainit na may kulay-gatas at salsa.

69.Bean At Rice Burritos

MGA INGREDIENTS:
- 1 lata Pinto beans, 16 oz waterpark
- 1 tasang brown rice; niluto
- ½ tasa sibuyas; nagyelo, tinadtad
- ½ tasa Gr. paminta; nagyelo, tinadtad
- ½ tasa ng mais; nagyelo
- Chili powder; gitling
- Litsugas, tinadtad
- 1 bungkos ng Scallions; tinadtad
- kumin; gitling
- Bawang pulbos; gitling
- Salsa, walang langis, mababang sodium
- 10 Tortilla, buong trigo
- 1 kamatis; tinadtad

MGA TAGUBILIN:

a) Igisa ang mga frozen na sibuyas at berdeng paminta sa ilang kutsarang tubig sa isang kawali. Alisan ng tubig at banlawan ang beans at ilagay sa isang kawali at i-mash gamit ang potato masher. Ilagay ang nilutong kanin, mais, pampalasa at tubig.

b) Painitin nang mabilis ang tortillas . Maglagay ng isang linya ng pinaghalong bean sa gitna ng bawat tortilla; magdagdag ng isang kutsarita ng salsa at alinman sa iba pang mga toppings ayon sa gusto. Tiklupin pataas ng ½ pulgada sa bawat panig, isuksok sa tuktok na gilid at igulong sa isang burrito.

c) Ihain kaagad, nilagyan ng karagdagang salsa kung ninanais.

70.Beans at Tvp Burritos

MGA INGREDIENTS:
- 10 malalaking (10") tortilla
- 1 tasang pinatuyong pinto beans, ibinabad
- 1 dahon ng bay
- 3 siwang bawang, tinadtad
- ½ tasa Mga butil o natuklap ng TVP
- 2 kutsarita ng Chili powder
- 1 kutsarita ng Kumin
- 1 kutsarita ng Asin
- ½ kutsarita ng Oregano
- 1 kutsarang Olive oil
- 1 tasang sibuyas, tinadtad

MGA TAGUBILIN:
a) Pagsamahin ang TVP, mainit na tubig, mainit na bean liquid, chili powder, cumin, asin at oregano. Igisa ang sibuyas sa langis ng oliba sa isang mahusay na laki ng skilled hanggang lumambot.
b) Idagdag ang napapanahong TVP at lutuin pa ng ilang minuto. Haluin ang nilutong beans,
c) Upang tipunin: magpainit ng kawaling kawal o kawali hanggang sa sumayaw ang ilang patak ng tubig sa ibabaw. Dry fry ang bawat tortilla sa magkabilang gilid hanggang sa ang ibabaw ng tortilla ay magsimulang bumula at bahagyang kayumanggi. Panatilihing mainit ang mga ito sa isang makapal na tuwalya. Kapag pinainit na ang lahat, ilagay ang humigit-kumulang ⅓ tasa ng laman sa isang bahagi ng tortilla at i-roll up.

71. Cherry Burritos

MGA INGREDIENTS:
- 6 Flour (6-inch) tortillas
- 1 pack na walang asukal na vanilla pudding mix
- ¾ tasa ng Tubig
- 1½ tasa ng mga cherry; walang idinagdag na asukal
- 2 patak ng pulang pangkulay ng pagkain (hanggang 3)
- ½ kutsarita ng almond extract
- 1 kutsarita ng kanela
- 1 kutsarang Powdered sugar

MGA TAGUBILIN:
a) Painitin muna ang oven sa 350 F. Sa medium pan pagsamahin ang pudding mix, tubig at cherry,
b) Lutuin sa katamtamang init hanggang lumapot. Magdagdag ng red food coloring at almond extract. Haluing mabuti para pagsamahin. Alisan sa init. Mag-spray ng malaking cookie sheet o jelly roll pan na may butter flavored cooking spray.
c) Hatiin nang pantay-pantay ang pagpuno ng cherry at ilagay sa gitna ng bawat tortilla. Tiklupin ang isang gilid sa ibabaw ng pagpuno; gumulong nang mahigpit sa tapat. Ilagay ang tahi sa gilid pababa sa cookie sheet. I-spray ang tuktok ng bawat isa ng butter spray. Budburan ng kanela.
d) Maghurno ng 10-12 min.

72. Butternut Burrito

MGA INGREDIENTS:
- 1 Butternut squash; niluto at minasa
- 1 pulang sibuyas; tinadtad
- 4 cloves ng bawang; tinadtad ng pinong
- 1 kutsarang Chile powder
- 1 kutsarang Oregano
- 1 kutsarang Kumin
- 1 kutsarita Tamari toyo
- 6 Tortilla
- 1 lata Enchilada sauce; pula o berde

MGA TAGUBILIN:
a) Painitin ang oven sa 350 F.
b) Igisa ang sibuyas at bawang sa kaunting mantika hanggang sa translucent
c) Magdagdag ng mashed squash at herbs. Haluin at lutuin sa mahinang apoy hanggang maghalo ang lasa. Magdagdag ng higit pang mga halamang gamot sa panlasa.
d) Punan ang mga tortilla na may halo at igulong.
e) Takpan ang Chile Sauce at maghurno ng 30 Min.

73. Mais at Rice Burritos

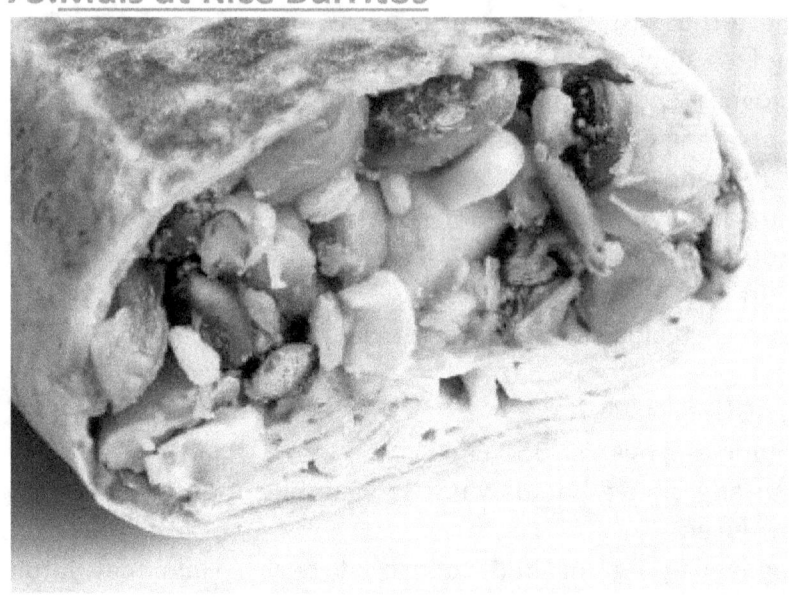

MGA INGREDIENTS:
- 4 ounces Lutong bigas
- 16 ounces de-latang black beans
- 15 ounces Naka-kahong buong kernel na mais
- 4 ounces tinadtad na banayad na berdeng sili
- ⅔ tasa na ginutay-gutay na Monterey Jack
- ¼ tasa tinadtad na sariwang cilantro
- 8 Flour tortillas; (6 hanggang 7-pulgada)
- 12 ounces Mild salsa; walang taba

MGA TAGUBILIN:
a) Painitin ang hurno sa 425 degrees F. Maghanda ng bigas ayon sa direksyon ng label.
b) Samantala, sa malaking mangkok, pagsamahin ang black beans, mais, chiles, keso, at cilantro.
c) Kapag tapos na ang kanin, haluin sa bean mixture. Kutsarang bilugan ang ½ tasang pinaghalong bigas sa gitna ng bawat tortilla. Kutsara ng 1 kutsarang salsa sa ibabaw ng rice filling. I-fold ang mga gilid ng tortilla sa ibabaw ng pagpuno, bahagyang magkakapatong.
d) Mag-spray ng 13" by 9" na baso o ceramic na baking dish na may nonstick cooking spray. Ilagay ang mga burrito, pinagtahian pababa, sa ulam. Kutsara ang anumang natitirang pinaghalong bigas sa isang hilera pababa sa gitna ng burritos; top rice na may natitirang salsa.

74. Fiesta Bean Burrito

MGA INGREDIENTS:
- ½ tasang beans
- 1 kutsarang Salsa
- 1 kutsarita tinadtad na cilantro, opsyonal
- 1 Buong trigo tortilla

MGA TAGUBILIN:
a) Ikalat ang beans sa tortilla.
b) Iwiwisik ang mga natitirang sangkap.
c) Init sa microwave hanggang mainit, mga 40 segundo
d) Pagulungin ang tortilla at halo sa isang burrito.

75.Freezer Burritos

MGA INGREDIENTS:
- 2 lata Black beans
- 2 3 tasa ng nilutong bigas (iyong
- Paboritong uri)
- 1 malaking sibuyas
- 3 hanggang 4 na cloves ng bawang
- Pinatuyong basil, kumin, sili
- 1 pack Flour tortillas, burrito
- 1 maliit na Latang tomato sauce

MGA TAGUBILIN:

a) Igisa ang mga sibuyas at bawang sa paborito mong oil sub (gusto kong gumamit ng balsamic vinegar o cooking sherry). Kapag malambot na ang sibuyas, magdagdag ng mga pampalasa (paumanhin walang sukat, itatapon ko lang kung ano ang mukhang masarap), magluto ng ilang minuto pa at alisin sa init.

b) Sa isang malaking mangkok, itapon ang 1 lata ng beans na may juice, alisan ng tubig ang isa pang lata at pagkatapos ay idagdag ang beans sa mangkok. Idagdag ang lata ng tomato sauce. I-mash ang beans hanggang sa karamihan ay minasa, ngunit mag-iwan ng ilang hindi minasa.

c) Magdagdag ng pinaghalong kanin at sibuyas. Haluin mabuti. I-roll up ang mga burrito, i-freeze. Ang mga ito ay gumagawa ng masarap na meryenda, tanghalian o hapunan na may salad, at gusto ko ang mga ito para sa almusal.

76. Matzo Burrito Casserole

MGA INGREDIENTS:
- Salsa
- Mga refried bean na walang taba
- Matzos
- Pula at berdeng kampanilya na paminta
- Mga berdeng sili

MGA TAGUBILIN:

a) Painitin muna ang hurno sa 350. Sa isang parisukat na ulam ng kaserol, ikalat ang ilang salsa sa ilalim ng kawali upang hindi dumikit ang matzo.

b) Ikalat ang FF refried beans sa ibabaw ng sapat na matzos upang takpan (isang layer) ang ilalim ng ulam. Pagkatapos ay naglagay ako ng isang layer ng pula at berdeng bell peppers at pagkatapos ay isa pang layer ng matzo na may refried beans. Sa ibabaw nito ay naglalagay ako ng isang layer ng berdeng sili, isa pang matzo, at ilang salsa at tofu sa ibabaw. Maghurno sa oven para sa mga 15 minuto.

c) Ang matzos ay lumambot tulad ng mga tortilla, at ito ay napakahusay na nakakatipid.

77. Microwave Bean Burritos

MGA INGREDIENTS:
- 2 kutsarita Langis ng gulay
- 1 maliit na sibuyas, pinong tinadtad
- 1 maliit na paminta ng Jalapeno, may binhi
- 1 sibuyas na bawang, tinadtad
- ¼ kutsarita ng giniling na kumin
- ¼ kutsarita ng pinatuyong oregano
- ¼ kutsarita ng Chili powder
- 1 kurot Ground coriander seeds
- 16 ounces Black beans, banlawan
- ½ abukado, pitted, binalatan, diced
- 1 plum kamatis, diced
- 1 Scallion, tinadtad
- 1 kutsarang tinadtad na sariwang kulantro
- 2 kutsarita sariwang katas ng kalamansi
- 1 kurot Grated lime zest
- 4 Flour tortillas, pinainit

MGA TAGUBILIN:
a) Haluin ang mantika, sibuyas, jalapeno, at bawang nang magkasama sa 9-inch na glass pie plate. Microcook sa HICH power 1 minuto.
b) Haluin ang cumin, oregano, chili powder, at ground coriander; microcook, tinakpan at pinalabas, 1 minuto. Gumalaw sa beans at tubig; microcook, tinakpan at pinalabas, 2 minuto.
c) Pagsamahin ang avocado, kamatis, scallion, sariwang kulantro, katas ng kalamansi, at zest sa maliit na mangkok. Timplahan ng asin at paminta ang salsa ayon sa panlasa

78. Mga Burrito ng Gulay sa Microwave

MGA INGREDIENTS:
- 1 matamis na berdeng paminta; Tinadtad
- 1 sibuyas; tinadtad
- 2 siwang Bawang; tinadtad
- 1 kutsarita Langis ng gulay
- ½ kutsarita ng giniling na kumin
- ½ kutsarita ng pinatuyong oregano
- 3 patatas; diced Para sa karagdagang hibla
- 1 tasang butil ng mais
- 6 ounces Nakaboteng taco sauce
- 4 malaking Flour tortilla
- ½ tasa ng Vegan Cheddar na keso; ginutay-gutay

MGA TAGUBILIN:
a) Sa 6-cup casserole, pagsamahin ang berdeng paminta, sibuyas, bawang, mantika, kumin at oregano; microwave, natatakpan, sa High para sa 2-3 minuto o hanggang sa lumambot ang sibuyas. Gumalaw sa patatas at 1 tbsp ng tubig; microwave, natatakpan, sa High para sa 8-10 minuto o hanggang sa lumambot ang patatas, hinahalo nang dalawang beses.
b) Gumalaw sa mais at taco sauce; microwave, natatakpan, sa mataas sa loob ng 2-4 minuto o hanggang mainit. Hayaang tumayo ng 5 minuto. Magdagdag ng asin at paminta sa panlasa.
c) Microwave tortillas, walang takip, sa High para sa 30-40 segundo o hanggang mainit-init. Ilagay sa mga serving plate; itaas na may pinaghalong patatas at keso.
d) Tiklupin pataas ang 1 dulo, pagkatapos ay mga gilid; I-rolyo.

79. Mixed Vegetable Burrito

MGA INGREDIENTS:
- 1 malaking patatas -- diced
- 2 maliit na Zucchini -- tinadtad
- 2 maliit na Dilaw na kalabasa -- tinadtad
- 10 ounces Frozen corn
- 3 Bell pepper
- 1 malaking kamatis -- tinadtad
- 1 maliit na pulang sibuyas -- tinadtad
- 3 kutsarang Cilantro -- tinadtad
- 1 tasa ng kulay-gatas, magaan
- 1 kutsarita Chili powder
- 12 ounces Vegan Monterey jack cheese
- 4 Flour tortillas
- 1 hiwa ng abukado

MGA TAGUBILIN:
a) Pakuluan ang tubig sa isang natatakpan na kaldero sa sobrang init. Idagdag ang patatas, zucchini, yellow squash, corn at peppers. Ibalik sa pigsa at lutuin, walang takip, mga 4 na minuto, hanggang sa malambot na lang ang patatas. Patuyuin at gawing mangkok. Idagdag ang kamatis, sibuyas, cilantro, sour cream, chili powder, asin, paminta at ½ ng keso. Ihagis nang marahan.
b) Ayusin ang mga tortilla sa isang layer sa mga cookie sheet na may linya na may parchment paper. Kutsara ang ¼ ng palaman sa gitna ng bawat tortilla
c) Tiklupin at Maghurno ng mga 15 minuto, hanggang matunaw ang keso.

80. Mojo Black Bean Burritos

MGA INGREDIENTS:
- 2 malalaking Flour tortillas
- 1 tasa Mababang-taba refried black beans
- 1 kamote
- ½ tasa ng frozen na matamis na mais
- 4 ounces Tempeh
- 4 6 Mga kutsara ng taco sauce

MGA TAGUBILIN:
a) Balatan at i-cube ang kamote sa maliliit na piraso. I-cube ang Tempe sa maliliit na piraso ng laki. I-steam ang Tempeh at potato cubes sa loob ng 10-15 minuto hanggang lumambot. Mga 2 minuto bago matapos, idagdag ang mais (kailangan mong gumamit ng bapor na may maliliit na butas).

b) Samantala, mainit na tortillas sa oven. Ikalat ang bawat isa ng ½ ng black beans. Kapag ang Tempeh, kamote at mais ay tapos na, magdagdag ng ½ ng timpla sa bawat burrito, at pagkatapos ay magdagdag ng ½ ng taco sauce sa bawat isa. I-roll up nang mahigpit at ihain.

c) Ang mga ito ay gumagawa ng magagandang tanghalian; maaari mong balutin ang mga ito nang mahigpit sa aluminyo (lata) na foil at mananatili sila sa buong araw.

81. Pepita Gulay Burritos

MGA INGREDIENTS:
- 1 sarsa ng buto ng kalabasa
- 1 tasang tinadtad na broccoli
- 1 Med sibuyas, pinong tinadtad
- 2 cloves ng bawang, pinong tinadtad
- 2 kutsarang Langis
- 1 tasang 2x1/4-inch strips na yellow squash
- 1 tasa 2x1/4-inch strips zucchini
- ½ tasa Pinong tinadtad na pulang kampanilya paminta
- ¼ tasa Shelled pumpkin seeds, toasted
- 1 kutsarang Lemon juice
- 1 kutsarita ng giniling na pulang sili
- ¼ kutsarita ng Asin
- ¼ kutsarita ng giniling na kumin
- 6 Flour tortillas

MGA TAGUBILIN:

a) Maghanda ng Pumpkin Seed Sauce . Magluto ng broccoli, sibuyas at bawang sa mantika sa 10-pulgadang kawali, madalas na pagpapakilos, hanggang sa lumambot. Haluin ang mga natitirang sangkap maliban sa tortillas. Lutuin, hinahalo paminsan-minsan, hanggang malambot-malutong ang kalabasa, mga 2 minuto.

b) Manatiling mainit. Kutsara ang humigit-kumulang ½ tasa ng pinaghalong gulay sa gitna ng bawat tortilla. Tiklupin ang isang dulo ng tortilla nang humigit-kumulang 1 pulgada sa ibabaw ng timpla. Tiklupin ang kanan at kaliwang gilid sa nakatiklop na dulo, na magkakapatong. Tiklupin ang natitirang dulo pababa. Ihain kasama ng Pumpkin Seed Sauce.

82. Seitan Burritos

MGA INGREDIENTS:
- Bawang; diced
- Mga sibuyas; hiniwa
- 2 Malaking Portobello mushroom; hiniwa
- Fajita-style seitan
- kanela
- kumin
- Chili powder
- Tortilla
- Pinababang taba na Vegan Cheddar na keso

MGA TAGUBILIN:
a) Maghiwa ng ilang sibuyas at ilagay sa isang kawali para 'magprito'. Magdagdag ng dalawang malalaking Portobello mushroom. Pagkatapos ay idagdag ang mga hiwa ng seitan. Magdagdag ng kaunting cinnamon, cumin, at chili powder.
b) Init tortilla hanggang malambot sa non-stick pan, budburan ng napakaliit na halaga ng pinababang taba na cheddar cheese, ilipat sa isang plato at kutsara sa mushroom pinaghalong seitan at tiklupin na parang burrito.

83. Burrito Pagpuno

MGA INGREDIENTS:
- 1 tasang tubig na kumukulo
- 2 kutsarang toyo
- 1 kutsarang Chili powder
- ½ kutsarita ng Oregano
- 1 tasa ng TVP
- ½ tasa sibuyas; tinadtad
- ½ tasa berdeng paminta; tinadtad
- 1 sibuyas na bawang; tinadtad
- Jalapeno sa panlasa; tinadtad, (opsyonal)
- 1 kutsarang Olive oil
- magaling din sa enchilada!!

MGA TAGUBILIN:
a) Paghaluin ang tubig, toyo, chili powder, at oregano, at ibuhos sa TVP. Takpan at hayaang tumayo ng mga 10 minuto. Saglit na igisa ang sibuyas, berdeng paminta, bawang, at jalapeno sa mantika
b) Idagdag ang pinaghalong TVP, at ipagpatuloy ang pagluluto hanggang sa maging browned. Ihain nang mainit sa mga tacos o burrito kasama ang lahat ng mga fixing.

84. Vegetarian Burritos Grande

MGA INGREDIENTS:
- ⅓ tasa ng langis ng oliba
- 3 bawat sibuyas ng bawang, tinadtad
- 1 kutsarang Cilantro, tinadtad
- ½ kutsarita ng Kumin
- ¼ kutsarita Red chile flakes, durog
- ¼ kutsarita ng Oregano
- 1 bawat Red bell pepper
- 1 bawat Green bell pepper
- 1 bawat Yellow bell pepper
- 1 bawat Anaheim pepper
- 3 medium Yellow kalabasa
- 1 malaking pulang sibuyas, hiniwa
- 6 bawat Flour tortillas
- 3 tasang Black beans, niluto
- ¼ tasa Cilantro, tinadtad

MGA TAGUBILIN:
a) PAGPALAPI: Gupitin ang mga sili, kampanilya at sili, kasama ang kalabasa sa kalahati, pahaba. Alisin ang mga buto mula sa mga sili. Gamit ang pastry brush, balutin sila ng basting oil. Mag-ihaw sa ilalim ng broiler o sa inihandang grill. Baste at paikutin hanggang lumambot, mga 5 minuto bawat gilid.
b) Alisin mula sa init at kapag lumamig na upang mahawakan, i-chop.
c) PARA MAGTITIPON: Sandok ang beans nang bahagya sa gitna sa tortilla at ibabaw na may mga inihaw na gulay at cilantro. Tiklupin at kainin.

TACOS

85.Malutong na Chickpea Tacos

MGA INGREDIENTS:
- 6 na mais o harina na tortillas
- Isang 15-onsa na lata ng chickpeas, binanlawan at pinatuyo
- ½ kutsarita ng ancho chili powder
- 3 tasang ginutay-gutay na berdeng repolyo
- 1 tasang ginutay-gutay na karot
- ½ tasa ng manipis na hiniwang pulang sibuyas
- ½ tasang seeded at small-diced poblano pepper
- ½ tasang hiniwang berdeng sibuyas
- ¼ tasa tinadtad na sariwang cilantro
- ¼ tasa Tofu Cashew Mayonnaise 1 serving
- 2 kutsarang katas ng kalamansi ¼ kutsarita ng asin sa dagat
- 1 abukado, pitted at hiniwa
- 1 kutsarang Sriracha

MGA TAGUBILIN:

a) Painitin muna ang oven sa 375°F.

b) Hugis ang mga tortilla sa pamamagitan ng paglalagay sa mga ito sa isang nonstick oven-safe na mangkok at i-bake ang mga ito sa oven hanggang malutong, 5–10 minuto.

c) Sa isang malaking mixing bowl, durugin ang mga chickpeas gamit ang isang tinidor at iwiwisik ang chili powder.

d) Idagdag ang repolyo, karot, pulang sibuyas, paminta ng poblano, berdeng sibuyas, cilantro, mayonesa, at katas ng dayap.

e) Paghaluin nang lubusan, huling magdagdag ng asin.

f) Hatiin ang pinaghalong salad sa mga taco bowl at itaas ang hiniwang avocado. Magdagdag ng Sriracha kung gusto mo ang iyong tacos na maanghang.

86. Tempeh tacos

MGA INGREDIENTS:
- Langis, para sa kawali
- 1 pakete (8 onsa) ng tempeh
- 1¾ tasa ng unsweetened rice milk
- 1 kutsarang Dijon mustard
- 1 kutsarang toyo o tamari ½ kutsarita ng paprika
- 2 kutsarang dulse flakes
- 1 kutsarang nutritional yeast ¼ cup cornmeal
- 13. tasang panko-style breadcrumbs
- 1 kutsarang arrowroot Corn tortillas, para sa tacos
- 1 abukado, hiniwa

MGA TAGUBILIN:
a) Painitin ang hurno sa 350 degrees F. Pagwilig ng mantika sa baking sheet. Gupitin ang tempe sa 2 pulgada ang haba at ½ pulgada ang kapal. Paghaluin ang mga basang sangkap at itabi.

b) Ilagay ang mga tuyong sangkap sa isang food processor at pulso ng ilang beses, hanggang sa maging pinong harina ang timpla. Ilagay sa isang maliit na mangkok. I-dredge ang bawat piraso ng tempe sa pinaghalong gatas ng bigas, pagkatapos ay ihagis sa pinaghalong breadcrumb.

c) Ilagay sa isang baking sheet sa tatlong hanay na halos isang pulgada ang pagitan. Pagwilig ng mantika sa ibabaw ng mga piraso, pagkatapos ay maghurno ng 15 minuto. I-flip at maghurno para sa isa pang 15 minuto.

d) Ihain kaagad sa isang corn tortilla na may hiniwang avocado at mango-peach salsa.

87. Mushroom Tacos na may Chipotle Cream

MGA INGREDIENTS:
- 1 katamtamang pulang sibuyas, hiniwa ng manipis
- 1 malaking portobello mushroom, diced sa ½-inch cube
- 6 cloves na bawang, tinadtad
- Sea salt sa panlasa
- 12 6-pulgada na corn tortillas
- 1 tasang Chipotle Cream Sauce
- 2 tasang ginutay-gutay na romaine lettuce
- ½ tasa tinadtad na sariwang cilantro

MGA TAGUBILIN:
a) Init ang isang malaking kawali sa medium-high heat.
b) Idagdag ang pulang sibuyas at portobello mushroom, at iprito sa loob ng 4 hanggang 5 minuto.
c) Magdagdag ng tubig 1 hanggang 2 kutsara sa isang pagkakataon upang hindi dumikit ang sibuyas at mushroom.
d) Idagdag ang bawang at lutuin ng 1 minuto. Timplahan ng asin.
e) Habang nagluluto ang mga kabute, magdagdag ng 4 na tortilla sa isang nonstick skillet at painitin ang mga ito ng ilang minuto hanggang sa lumambot.
f) Ibalik ang mga ito at painitin ng 2 minuto pa. Alisin

88. Lentil, Kale at Quinoa Tacos

MGA INGREDIENTS:
PAGPUPUNO
- 3 tasang quinoa, niluto (1 tasang tuyo)
- 1 tasang lentil, niluto (½ tasang tuyo)
- Isang batch ng Taco Seasoning
- 1 kutsarang langis ng niyog
- 3 malalaking dahon ng kale, inalis ang mga tangkay, tinadtad
- Blue-corn taco shell

MGA TOPPING
- 2 avocado, pitted, binalatan, at hiniwa
- Mga sariwang dahon ng cilantro Mga sariwang lime wedges

MGA TAGUBILIN:
a) Sa isang malaking kaldero na pinainit hanggang katamtaman, tiklupin ang nilutong quinoa, lentil, Taco Seasoning, langis ng niyog, at kale. Haluing mabuti sa loob ng 3 – 5 minuto hanggang malanta ng init ang mga dahon.

b) Mag-toast ng mga taco shell sa isang baking sheet na nilagyan ng parchment ayon sa mga tagubilin ng gumawa.

c) I-load ang mga shell na may palaman, pagkatapos ay itaas ng avocado, cilantro, at isang piga ng kalamansi. Ihain nang mainit.

89. Nangunguna sa Black Bean Tacos ang Corn Salsa

MGA INGREDIENTS:
- Pagluluto ng Olive oil
- 2 cloves Bawang
- 2 ½ tasa ng black beans, banlawan at pinatuyo
- ¼ tasa ng oats
- ¼ tasa ng cornmeal
- 1 kutsarang pulang sili na pulbos
- 1 kutsarita kosher salt, hinati
- ½ kutsarita ng itim na paminta (giniling at hinati)
- 8 corn tortillas (maliit)
- 1 tasang mais, lasaw kung nagyelo
- 1 pulang kampanilya paminta (katamtaman, tinadtad)
- 1 berdeng sili (maliit, diced)
- 2 scallion (tinadtad)
- 2 kalamansi (juiced)
- ¼ tasa sariwang cilantro (tinadtad)

MGA TAGUBILIN:
a) Painitin muna ang oven sa 400°F at i-spray ang cooking oil sa isang baking sheet.
b) Magdagdag ng tinadtad na bawang sa isang processing machine na may beans, oats, sili, at cornmeal. Magdagdag ng asin at paminta bago iproseso ang timpla.
c) Maghanda ng baking tray at ikalat ang timpla dito. Siguraduhing i-spray ito ng mantika bago i-bake ang timpla sa loob ng 20 hanggang 30 minuto.
d) bago ito i-spray ng mas maraming mantika at ipagpatuloy ang pagluluto. Nakakatulong ito upang matiyak na ang buong timpla ay inihurnong pantay.
e) Kapag naluto na, ilabas ang pinaghalong bean sa isang mangkok at ihalo ito ng mabuti sa mais, kampanilya, sili, at scallion.
f) Ang mga tortilla ay dapat na nakabalot sa foil at pinainit sa oven sa loob ng 5 minuto.
g) Ikalat ang bean mixture sa tortillas at ihain kasama ng corn salsa at cilantro topping.

90.Inihaw na Haloumi Tacos

MGA INGREDIENTS:
- Langis ng oliba
- 2 husked tainga ng mais
- Kosher na asin
- Itim na paminta
- 1 maliit, pulang sibuyas, hiniwa
- ½ kg halloumi, hiniwa sa makapal na hiwa
- 8 tortilla ng mais

MGA TAGUBILIN:
a) Ihanda ang grill itakda ito sa medium-high heat at langisan ang mga rehas na mabuti.
b) Banayad na lagyan ng mantika ang balat ng mais at timplahan ng asin at paminta. Ihagis ang mga singsing ng sibuyas na may mantika, asin, at paminta. Ihawin ang parehong sangkap, 10-15 minuto para sa mais at 4 na minuto para sa mga sibuyas, madalas na iikot upang matiyak na ito ay malambot, at nasunog sa mga batik.
c) Kapag lumamig na ang mais, gupitin ang mga butil mula sa cobs at ilagay sa isang medium bowl.
d) I-brush ang keso ng kaunting mantika, at pagkatapos lagyan ng kaunting asin at paminta, i-ihaw ito ng isang beses sa bawat panig upang char at magpainit nang lubusan.
e) Painitin ang mga tortilla sa microwave o sa mas malamig na bahagi ng grill upang mapahina ang mga ito.
f) Hatiin ang keso sa mga tortilla, lagyan ng sibuyas, mais, avocado, cilantro, salsa, at lime wedges ang mga ito.

91.Ang Simple Vegan Taco

MGA INGREDIENTS:
- 2 tacos ng trigo
- ½ tasang black beans
- 1 abukado, hiniwa
- 2 cherry tomatoes, quartered
- 1 sibuyas, tinadtad
- Sariwang perehil
- Katas ng kalamansi
- 1 kutsarang olibo
- langis
- asin
- Ang iyong pagpipilian ng mainit na sarsa

MGA TAGUBILIN:
a) Painitin ang taco upang maiinit ito nang husto.

b) Ilagay ang lahat ng mga sangkap sa taco sa anumang pagkakasunud-sunod na gusto mo. Maaari mo ring painitin ang lahat ng mga gulay sa isang medium na kawali.

c) Painitin lamang ang mantika, idagdag ang mga sibuyas, beans, at cherry tomatoes, at budburan ng kaunting asin ang kabuuan.

d) Alisin pagkatapos ng isang minuto ng patuloy na pagpapakilos.

e) Ihain ang mga tacos, binudburan ng parsley, hiniwang mga avocado, isang splash ng lime juice, at ang mainit na chili sauce upang isawsaw.

92. Beans at Grilled Corn Taco

MGA INGREDIENTS:
- 2 mais tacos
- ½ tasang black beans
- Inihaw na mais on the cob
- 1 abukado, hiniwa
- 2 cherry tomatoes, quartered
- 1 maliit na sibuyas, tinadtad
- Sariwang perehil
- ¼ kutsarita ng kumin
- asin
- Bagong giniling na itim na paminta
- 1 kutsarang Langis para sa pag-ihaw

MGA TAGUBILIN:
a) Ihanda ang grill itakda ito sa medium-high heat at langisan ang mga rehas na mabuti.

b) Banayad na lagyan ng mantika ang balat ng mais at timplahan ng asin at paminta. I-ihaw ang mais sa loob ng 10-15 minutong madalas na lumiliko upang matiyak na ito ay malambot, at nasunog sa mga batik.

c) Kapag lumamig na ang mais, gupitin ang mga butil mula sa cobs at ilagay sa isang medium bowl.

d) Ihagis ang black beans, hiniwang avocado, cherry tomatoes, tinadtad na sibuyas, at sariwang perehil, at timplahan ng asin, itim na paminta, at kumin. Pigain ang sariwang kalamansi para sa mabangong palaman.

e) Magtambak sa taco at magsaya sa isang sawsaw na gusto mo.

93. Black Beans at Rice Salad Taco

MGA INGREDIENTS:
- Mga taco shell
- 3 Lime, zest, at juice
- 1 tasa ng cherry tomatoes, bawat isa ay hiwa sa 4 na piraso
- ¼ tasa ng red wine vinegar
- ¼ tasa pulang sibuyas, maliit na dice
- ¼ Cup Mixture ng Cilantro, Basil at Scallions, chiffonade lahat
- 1 kutsarita Bawang, tinadtad
- 1 lata Mais, pinatuyo
- 1 berdeng sili, maliit na diced
- 1 Pula, orange, o dilaw na kampanilya na paminta
- 1 lata ng Black beans, pinatuyo
- 1 ½ tasang puting bigas, niluto at pinananatiling mainit
- Asin at Paminta sa panahon.

MGA TAGUBILIN:

a) Gupitin ang cherry tomatoes sa quarters at i-marinate ang mga ito ng diced red onion, red wine vinegar, bawang, at asin sa loob ng 30 minuto.

b) Ipunin at ihanda ang mga peppers, herbs, at limes. Pagsamahin ang lahat ng ito kasama ang pinatuyo na black beans at mais, at timplahan ng mabuti ng asin at paminta.

c) Idagdag ang timpla ng kamatis sa pinaghalong bean. Pagkatapos ay tiklupin ang mainit na kanin. Tikman at magdagdag ng asin kung kinakailangan.

d) Ihain sa taco shell.

94. Chewy Walnut Tacos

MGA INGREDIENTS:
KARNE NG TACO
- 1 tasa raw walnuts
- 1 kutsarang yeast flakes
- 1 kutsarang tamari
- ½ kutsarita ng giniling na kumin
- ¼ kutsarita ng chipotle pepper powder
- 1 kutsaritang sili

PAGPUPUNO
- 1 May abukado
- 1 Roma tomato, pinong diced
- 6 na kutsarang pinausukang cashew cheese dip
- 4 na malalaking dahon ng litsugas

MGA TAGUBILIN:
KARNE NG TACO
a) Ilagay ang mga walnuts, nutritional yeast, tamari, chili powder, cumin, at chipotle chili powder sa isang food processor at katas hanggang ang timpla ay maging katulad ng mga magaspang na mumo.

PAGPUPUNO
b) Para sa toppings, ilagay ang avocado sa isang maliit na mangkok at i-mash gamit ang isang tinidor hanggang makinis. Haluin ang kamatis.

c) Upang tipunin ang bawat taco, maglagay ng dahon ng litsugas sa isang cutting board, ribs side up. Ilagay ang ¼ cup Walnut Taco Meat sa gitna ng sheet.

d) Itaas na may 1½ na kutsara ng cashew cheese dip at isang quarter ng avocado mixture.

95. Seitan Tacos

MGA INGREDIENTS:
- 2 kutsarang langis ng oliba
- 12 ounces seitan
- 2 kutsarang toyo
- 11/2 kutsarita ng sili na pulbos
- 1/4 kutsarita ng ground cumin
- 1/4 kutsarita ng bawang pulbos
- 12 (6-pulgada) malambot na mais tortilla
- 1 hinog na Hass avocado
- Tinadtad na romaine lettuce
- 1 tasang kamatis na salsa

MGA TAGUBILIN:
a) Sa isang malaking kawali, init ang mantika sa katamtamang init. Idagdag ang seitan at lutuin hanggang mag browned mga 10 minuto. Budburan ng toyo, sili na pulbos, kumin, at pulbos ng bawang, halu-halo hanggang sa pahiran. Alisan sa init.

b) Painitin muna ang oven sa 225°F. Sa isang medium na kawali, painitin ang mga tortilla sa katamtamang init at isalansan ang mga ito sa isang heatproof na plato. Takpan ng foil at ilagay sa oven upang panatilihing malambot at mainit ang mga ito.

c) Pit at alisan ng balat ang abukado at gupitin ito sa 1/4-inch na hiwa.

d) Ayusin ang taco filling, avocado, at lettuce sa isang platter at ihain kasama ng warmed tortillas, salsa, at anumang karagdagang toppings.

GYROS

96.Chickpea at Gulay Gyros

MGA INGREDIENTS:
- 1 lata (15 oz) chickpeas, pinatuyo at binanlawan
- 1 tasang ginutay-gutay na pipino
- 1 tasang ginutay-gutay na karot
- 1/4 tasa tinadtad na pulang sibuyas
- 2 cloves na bawang, tinadtad
- 1 tsp ground cumin
- 1 tsp pinausukang paprika
- Asin at paminta para lumasa
- 2 kutsarang langis ng oliba
- Vegan tzatziki sauce
- Pita na tinapay
- Hiniwang mga kamatis at litsugas para sa dekorasyon

MGA TAGUBILIN:
a) Sa isang food processor, pulso ang mga chickpeas hanggang sa magaspang na tinadtad.

b) Sa isang mangkok, pagsamahin ang mga tinadtad na chickpeas, ginutay-gutay na pipino, ginutay-gutay na karot, pulang sibuyas, tinadtad na bawang, kumin, pinausukang paprika, asin, paminta, at langis ng oliba. Haluing mabuti.

c) Init ang isang kawali sa katamtamang apoy at lutuin ang pinaghalong hanggang uminit.

d) Painitin ang tinapay na pita sa oven o sa isang kawali.

e) Magtipon ng mga gyros sa pamamagitan ng paglalagay ng chickpea mixture sa bawat pita. Ibabaw sa vegan tzatziki sauce, hiniwang kamatis, at lettuce.

97.Inihaw na Portobello Mushroom Gyros

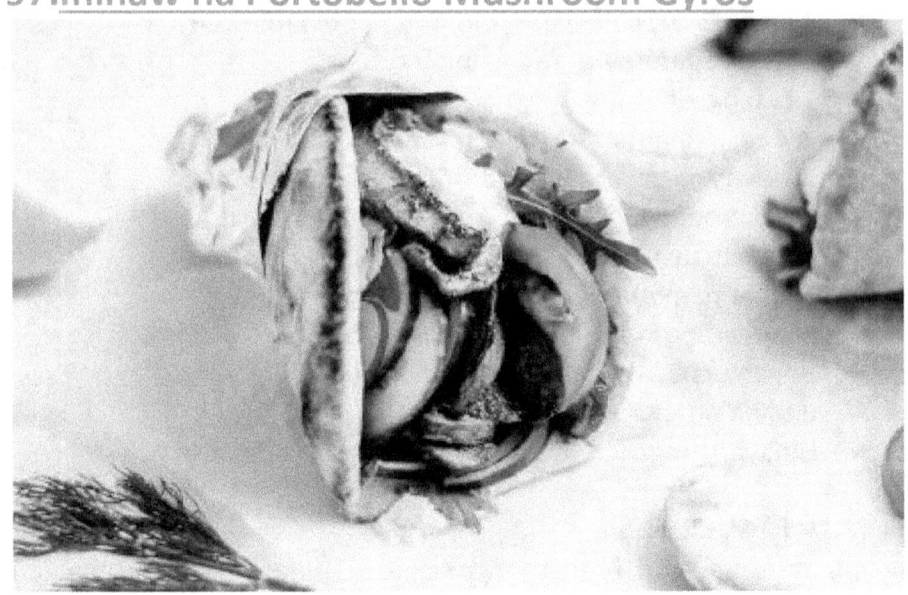

MGA INGREDIENTS:
- 4 na malalaking portobello mushroom, nilinis at hiniwa
- 1/4 tasa ng balsamic vinegar
- 2 kutsarang langis ng oliba
- 2 cloves na bawang, tinadtad
- 1 tsp pinatuyong oregano
- Asin at paminta para lumasa
- Vegan tzatziki sauce
- Pita na tinapay
- Hiniwang pulang sibuyas at pipino para palamuti

MGA TAGUBILIN:

a) Sa isang mangkok, haluin ang balsamic vinegar, langis ng oliba, tinadtad na bawang, oregano, asin, at paminta.

b) I-marinate ang mga hiwa ng kabute ng portobello sa pinaghalong hindi bababa sa 30 minuto.

c) Ihawin ang adobong mushroom hanggang lumambot.

d) Painitin ang tinapay na pita sa oven o sa isang kawali.

e) Magtipon ng mga gyros sa pamamagitan ng paglalagay ng inihaw na mga hiwa ng portobello sa bawat pita. Ibabaw ng vegan tzatziki sauce, hiniwang pulang sibuyas, at pipino.

98.Jackfruit Gyros

MGA INGREDIENTS:
- 2 lata (20 oz) batang berdeng langka, pinatuyo at ginutay-gutay
- 1 kutsarang langis ng oliba
- 1 tsp ground cumin
- 1 tsp pinausukang paprika
- 1 tsp bawang pulbos
- Asin at paminta para lumasa
- Vegan tzatziki sauce
- Pita na tinapay
- Hiniwang lettuce at cherry tomatoes para sa dekorasyon

MGA TAGUBILIN:

a) Sa isang kawali, init ng langis ng oliba sa katamtamang init. Magdagdag ng ginutay-gutay na langka, kumin, pinausukang paprika, pulbos ng bawang, asin, at paminta. Lutuin hanggang sa uminit ang langka at mabalot ng mga pampalasa.

b) Painitin ang tinapay na pita sa oven o sa isang kawali.

c) Magtipon ng mga gyros sa pamamagitan ng paglalagay ng tinimplahan na langka sa bawat pita. Ibabaw ng vegan tzatziki sauce, hiniwang lettuce, at cherry tomatoes.

d) Tangkilikin ang mga masasarap na vegan gyro option na ito!

99.Tofu Gyros

MGA INGREDIENTS:
- 1 block extra-firm tofu, pinindot at hiniwa sa manipis na piraso
- 2 kutsarang toyo
- 1 kutsarang langis ng oliba
- 1 tsp pinatuyong oregano
- 1 tsp bawang pulbos
- Asin at paminta para lumasa
- Vegan tzatziki sauce
- Pita na tinapay
- Hiniwang pulang sibuyas at pipino para palamuti

MGA TAGUBILIN:

a) Sa isang mangkok, haluin ang toyo, langis ng oliba, pinatuyong oregano, pulbos ng bawang, asin, at paminta.

b) I-marinate ang tofu strips sa pinaghalong hindi bababa sa 30 minuto.

c) Mag-init ng kawali sa katamtamang init at lutuin ang inatsara na tofu hanggang mag-golden brown sa magkabilang panig.

d) Painitin ang tinapay na pita sa oven o sa isang kawali.

e) Magtipon ng mga gyros sa pamamagitan ng paglalagay ng nilutong tofu sa bawat pita. Ibabaw ng vegan tzatziki sauce, hiniwang pulang sibuyas, at pipino.

100.Lentil at Mushroom Gyros

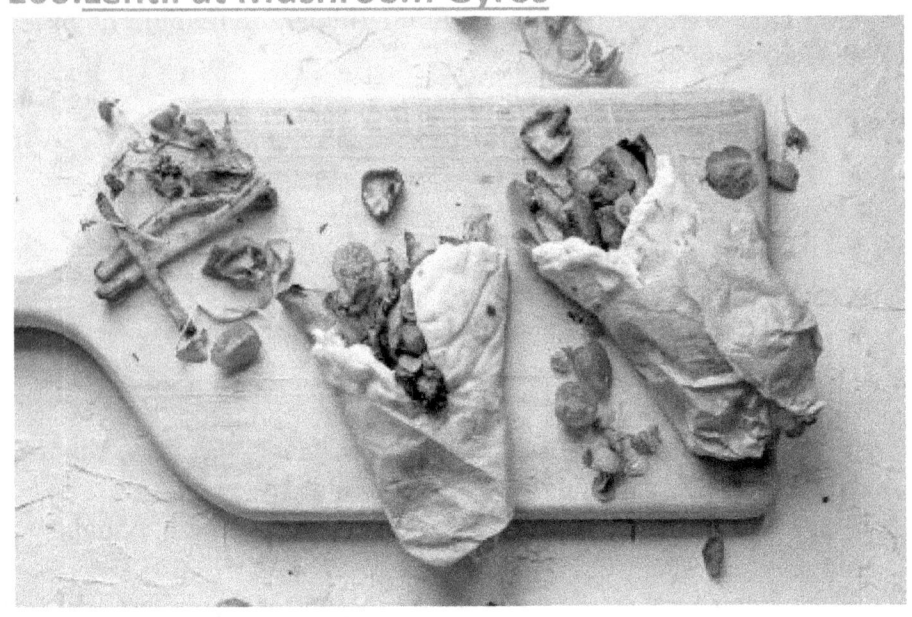

MGA INGREDIENTS:
- 1 tasang lutong lentil
- 1 tasa ng pinong tinadtad na mushroom
- 1 maliit na pulang sibuyas, pinong tinadtad
- 2 cloves na bawang, tinadtad
- 1 tsp ground cumin
- 1 tsp pinausukang paprika
- Asin at paminta para lumasa
- 2 kutsarang tomato paste
- Vegan tzatziki sauce
- Pita na tinapay
- Hiniwang mga kamatis at litsugas para sa dekorasyon

MGA TAGUBILIN:
a) Sa isang kawali, igisa ang mga mushroom, pulang sibuyas, at bawang hanggang lumambot.

b) Magdagdag ng nilutong lentil, ground cumin, pinausukang paprika, asin, paminta, at tomato paste sa kawali. Haluing mabuti at lutuin hanggang sa uminit.

c) Painitin ang tinapay na pita sa oven o sa isang kawali.

d) Magtipon ng mga gyros sa pamamagitan ng paglalagay ng lentil at mushroom mixture sa bawat pita. Ibabaw sa vegan tzatziki sauce, hiniwang kamatis, at lettuce.

KONGKLUSYON

Habang tinatapos namin ang aming masasarap na paglalakbay sa pamamagitan ng "V VEGAN KALYE KUMAKAIN: HAMBURGER, TACOS, GYROS AT IBA PA" umaasa kaming naranasan mo na ang kagalakan ng pagbibigay-kasiyahan sa iyong vegan cravings, isang kagat sa kalye sa isang pagkakataon. Ang bawat recipe sa loob ng mga page na ito ay isang pagdiriwang ng pagkamalikhain, matatapang na lasa, at pandaigdigang inspirasyon na ginagawang napakasarap ng mga plant-based na pagkain sa kalye—isang patunay ng kasiyahang dulot ng bawat kagat.

Natikman mo man ang plant-powered goodness ng vegan burger, tinanggap ang iba't ibang vegan tacos, o nagpakasawa sa masasarap na sarap ng plant-based gyros, nagtitiwala kami na ang mga recipe na ito ay nagpasiklab sa iyong hilig sa pagtangkilik ng vegan street food. Higit pa sa mga sangkap at diskarte, nawa'y maging mapagkukunan ng inspirasyon ang " VEGAN KALYE KUMAKAIN: HAMBURGER, TACOS, GYROS AT IBA PA", isang pagdiriwang ng pagkamalikhain na nakabatay sa halaman, at isang paalala na parehong kapana-panabik at masarap ang kasiya-siyang pagnanasa sa vegan.

Habang patuloy mong ginalugad ang mundo ng mga plant-based na pagkain sa kalye, nawa'y ang cookbook na ito ang iyong mapagkakatiwalaang kasama, na gagabay sa iyo sa iba't ibang mga recipe na nagpapakita ng matapang, masarap, at kasiya-siyang katangian ng vegan street food. Narito ang pagtikim sa pagkamalikhain, muling paggawa ng mga klasikong nakabatay sa halaman, at pagtanggap sa kagalakan na dulot ng bawat kagat. Maligayang pagluluto!

www.ingramcontent.com/pod-product-compliance
Lightning Source LLC
Chambersburg PA
CBHW071319110526
44591CB00010B/946